அன்புள்ள பவாவுக்கு...

தொகுப்பு:

மதுகை

பரிதி
பதிப்பகம்

அன்புள்ள பவாவுக்கு...

தொகுப்பாசிரியர்:
மதுகை

முதல் பதிப்பு : டிசம்பர் 2024

வெளியீடு : பரிதி பதிப்பகம்
56சி/128. பாரத கோயில் அருகில், ஜோலார்பேட்டை,
திருப்பத்தூர் மாவட்டம் - 635 851
மின்னஞ்சல் : Parithijpt@gmail.com
கைப்பேசி : 72006 93200

அச்சாக்கம் : AKL Printers, சென்னை
ஒளி அச்சு : தங்கம் கிராஃபிக்ஸ்

பக்கங்கள் : 200
விலை: ரூ.200

Anbulla Baavavukku...

Compiled by Madhugai

First Edition : December 2024

Parithi Pathippagam
Published by Parithi Pathippagam
56C/128, Near Bharatha Kovil, Jolarpettai,
Tirupattur District-635851 Cell: 72006 93200
Email: Parithijpt@gmail.com

Printed at AKL Printers, Chennai
Layout: Thangam Graphics, Chennai

Pages : 200
Price : Rs. 200
ISBN : 978-81-983878-4-4

நான் எப்போதும்
எதையும் கேட்கும்
உரிமையுள்ள அண்ணன்
அக்னி தங்கவேலு,
அண்ணி குணசுந்தரி
இருவரின் பேரன்புக்கு...

பவா செல்லதுரை

தமிழ் இலக்கிய உலகில் தனது தனித்துவமான கதை சொல்லும் பாணியால் வாசகர்களை கவர்ந்திழுக்கும் பவா செல்லதுரை, எழுத்தாளர், பதிப்பாசிரியர், கதைசொல்லி, நடிகர் மற்றும் விவசாயி என பன்முகத் திறமைகளை வெளிப்படுத்தும் ஒரு தமிழ் இலக்கிய உலகின் ஒளிமிகு நட்சத்திரமாகத் திகழ்கிறார்.

தமிழ் இலக்கியத்தையும், உலக இலக்கியத்தையும் இணைக்கும் பாலமாக விளங்கும் பவா செல்லதுரை, ஜப்பான், அமெரிக்கா, மலேசியா, சிங்கப்பூர், இலங்கை, கனடா போன்ற பல நாடுகளுக்குப் பயணம் செய்து, தமிழின் பழம் பெரும் பாரம்பரியத்தை இன்றைய தலைமுறையினருக்கும் உலக மக்களுக்கும் தனது தனித்துவமான கதை சொல்லும் பாணியில் அறிமுகப்படுத்தினார்.

பவா செல்லதுரையின் கதைகள், சிக்கலான கருத்துகளை எளிமையாகவும், சுவாரசியமாகவும் மக்களிடம் கொண்டு செல்லும் திறன் கொண்டவை. அவரது கதைகளில் மனிதநேயம், சமூக அக்கறை, கலாச்சார விழுமியங்கள் ஆகியவை பெருமளவில் வெளிப்படும். இவை தமிழ் இலக்கியத்தைப் பொறுத்தவரை புதுமையான சிந்தனைகளை உருவாக்கி, மக்களின் வாழ்க்கைப் பார்வையை மாற்றுகின்றன. அவரது படைப்புகள்

சொல் வழிப்பயணம், பிடி, மீன், மேய்ப்பர்கள், இலக்கில்லா பயணங்கள், பங்குக்கறியும் பின்னிரவுகளும், டொமினிக் எல்லா நாளும் கார்த்திகை, நட்சத்திரங்களில் ஒளிந்து

கொள்ளும் கருவறை ,நிலம் சிறகசைத்த காலம், பஷிரின் அறை அத்தனை எளிதில் திறக்கக்கூடியதல்ல,நீர், கோழி,

ஆகிய நூல்கள் குறிப்பிடத்தக்கவை. இவரது படைப்புகள் தமிழில் மட்டும் இன்றி ஆங்கிலத்திலும், மலையாளத்திலும் மொழிபெயர்க்கப்பட்டுள்ளன.

From 19 DM Saron, Ruins of the Night., Dominick, A Journey through words, Landscapes, Shared Meat and Late Nights, Chamber of Basheer, ஆகிய நூல்கள் உலக வாசகர்களுக்காக வெளிவந்து பெரும் வரவேற்பைப் பெற்றுள்ளன.

எழுத்தாளராக மட்டுமல்லாமல், பவா செல்லதுரை சிறந்த நடிகராகவும் திகழ்கிறார், ஜெய்பீம், பரம்பொருள், ஜோக்கர், பேரன்பு, சைக்கோ, ஜிகர்தண்டா, ஜப்பான் ,ரெஜினா, பாராசூட் போன்ற பல திரைப்படங்களில் நடித்துள்ளார்.

தொகுப்புரை

எல்லோருக்கும் வாழ்வில் ஒரு பொக்கிஷத்தைப் பெருவதிலும், அதைப் பாதுகாப்பதிலும் எப்போதும் ஒரு பெரிய ஆவல் இருக்கும். அப்படிபட்ட ஒரு பேராசையில் தான் இந்த பொக்கிஷத்தைக் காக்கும் அற்புத வாய்ப்பை எனதாக்கிக் கொள்ள விரும்பினேன். இதன் மூலம் ஒரு கர்வம் கலந்த பெருமிதத்தை அடைகிறேன் என்றுகூடச் சொல்லலாம்.

மனித வாழ்வே ஒரு புதிரானது. மனித மனங்களுக்குள்தான் எவ்வளவு போட்டி, பொறாமை, வன்மம் எல்லாம் குடி கொண்டுள்ளது. கொரோனா காலகட்டம்தான் இவை யாவற்றையும் குழி தோண்டிப் புதைத்து நம் பக்கத்து வீட்டு ஜீவனும் நன்றாக இருக்க வேண்டும் என்று நினைக்க வைத்தது. உண்மையில், அப்போதுதான் மனிதம் என்ற வார்த்தையின் அர்த்தம் உணர்ந்தேன். ஆனால் தன் வாழ்நாள் முழுவதும் மனிதத்துவத்துடன் வாழும் ஒரு மனிதரைக் கண்டபோது நான் இன்ப அதிர்ச்சிக்கு ஆளானேன்.

சிலருக்கு நண்பனாக, சிலருக்கு அண்ணனாக, சிலருக்கு அப்பாவாக, சிலருக்கு ஆசிரியனாக, சிலருக்கு மகனாக, இன்னும் சிலருக்கு இவர் நமக்கு காதலனாகவோ அல்லது கணவனாகவோ இல்லையே என்ற ஏக்கத்துடனும். ஒரு மனிதனால்தான் எத்தனைக் கதாப்பாத்திரங்களாக திகழ முடிகிறது. திருவண்ணாமலையில் தொடங்கி உலக நாடுகள் அனைத்திலும் இவரைப் பார்க்கவோ, பேசவோ தவம் கிடக்காத தமிழ்ச் சொந்தங்களே இருக்க முடியாது.

அத்தனை எளிமையும், அன்பும், நம்பிக்கையும், உண்மையும், காந்த சக்தியும் கொண்ட நபர். எந்தப் பிரபலங்களும் திரையில் பேசுவது போன்றோ, நடந்து கொள்வது போன்றோ நிஜ வாழ்க்கையில் இருக்க மாட்டார்கள் என்று ஆழமாக நம்பியவள் நான். ஆனால் இவரது கதைகளைத் தொடர்ந்து கேட்கும் போது அவரது குரலில் இருந்த உண்மையும், கள்ளம் கபடமற்ற பேச்சும் அந்த எண்ணத்தை கொஞ்சம் கொஞ்சமாக விலக்கியது. இவருடன் பழக ஆரம்பித்த பிறகு தான் புரிந்தது எல்லோரும் ஏன் இவரைக் கொண்டாடுகிறார்கள் என்று!

அன்பும், நேர்மையும், மனித நேயமும், சேவை மனப்பான்மையும் கொண்ட அற்புத நபர். இப்படி ஒரு ஆத்மாவை இந்தப் பிரபஞ்சம் கண்டிருப்பது மாபெரும் வரம். அவர் வாழும் கால கட்டத்தில் நான் வாழ்வதும், அவருடன் உறவாட வாய்ப்பு கிடைத்ததும் நான் செய்த பாக்கியம். எல்லோரும் இவரைதன் உறவாக, உயிராக, உணர்வாக எண்ணி தன்னுடைய மன எண்ணங்களை இவருடன் வெளிப்படுத்தும் விதம் கண்டு மனம் ஆனந்தத்தில் திளைத்தது. இதை இப்படியே விட்டுவிடாமல் நம் தமிழ் சொந்தங்களிடம் பகிர வேண்டும் என்ற எண்ணத்தில்தான் அவருக்கு வந்த கடிதங்களை தொகுக்க ஆரம்பித்தேன்.

இதைத் தொடங்கிய பின்தான் தெரிந்தது. தமிழ் எழுத்தாளர்களில் இவருக்கு வந்துள்ளது போன்று இவ்வளவுக் கடிதங்கள் வேறு எவருக்கும் வந்தது இல்லை என்று! அவர் இந்தச் சமூகத்தின் மீதும், நம் தமிழ்ச் சொந்தங்களின் மீதும் காட்டும் அன்புக்கும், நேயத்துக்கும், செய்யும் சேவைக்கும் இவ்வளவு அன்பும் சமர்ப்பணமாக இருப்பதுதான் உன்னதமானது. இதில் நானும் ஒரு சிறு பங்களித்திருப்பதில் பெருமிதம் அடைகிறேன். நீங்கள் நீடுழி வாழ இறைவனை பிரார்த்திக்கிறேன் அப்பா..

நன்றியுடன்,

மதுகை

பவாவிடமிருந்து...

கடந்த வருடம் அக்டோபரில் உங்களுக்கு வந்த கடிதங்களைத் தொகுத்திருக்கிறேன் என்று என் வாசகி ஷோபனா நானூறுப் பக்க பிரண்ட்டவுட்டை எனக்கு அனுப்பி வைத்தபோது அதை நான் பிரித்துப் பார்க்கவே சில மாதங்களாகின. எந்த ஆர்வமுமற்றிருந்தேன்.

பின்பு ஏதோ ஒரு மனநிலையில் அதன் பக்கங்களில் பயணிக்காமலேயே அதற்கு மனம் ஒப்புக் கொண்டது. படித்த சில நண்பர்கள் அதில் என்னை அநியாயத்திற்குப் பாராட்டி பல கடிதங்கள் உள்ளன என்று சொன்னபோது ஈவிரக்கமின்றி அதை நீக்கினேன். அதையும் மீறி சில பக்கங்கள், வரிகள், வார்த்தைகள், வந்திருந்தால் அவைத் தப்பித்தவைகள். அவைகள் அப்படியே ஜீவித்திருக்கட்டும்.

கடிதங்கள் எழுதப்படும் மனநிலையும் காலமும் மிக முக்கியமானவைகள், தற்கொலைக்கு முன் எழுதப்பட்ட கடிதங்கள் பின் எப்பொழுதும் திருத்தி எழுதவே, அழிக்கவோ முடியாதவைகள். துரதிருஷ்டவசமாக அவைகள் காவல்துறை அதிகாரிகளால் படிக்கப்பட்டு நீதிமன்றங்களின் சாட்சிக் கூண்டுகளில் வாசிக்கப்படுகின்றன.

அந்த மனநிலையில் எழுதப்படும் கடிதங்கள் கடவுளால் வாசிக்கப்பட்டு கடவுளாலேயே புரிந்து கொள்ளப்பட சிறப்புடன் வைக்கப்பட வேண்டியவைகள்.

ஏதோ ஒரு நாள் இரவில் எழுத்தாளர் ராம்தங்கம்தான் இந்த ஈரப்படுத்தப்பட்ட விதையை என்னுள் போட்டவன். "ஒரு காலத்தில் தமிழில் கொஞ்சமாக எழுதியும், நிறைய பேசித் திரிந்த எழுத்தாளனென்றும், கதை சொல்லி என்றும்

இரண்டு வகைகளில் அடையாளப்படுத்தப்பட்ட ஒருவனுக்கு இத்தனைப் பேர் கடிதம் எழுதி இருக்கிறார்கள் என்று கடிதம் எழுதுவது என்றால் என்ன என்றேத் தெரியாத இன்னொரு தலைமுறையைச் சேர்ந்தவர்கள் அறிந்து கொள்ள இது ஒரு ஆவணமாக இருக்கும் பவா" என்றபோது ஒரு இளைய எழுத்தாளனின் அச்சொற்களை, அதன் பின் விளைவுகள் எதைப் பற்றியும் அறியாமல் நான் அங்கீகரித்தேன்.

அதன் பின், இப்புத்தக அச்சாக்கம் பற்றி பல்வேறு கசப்பான, இனிப்பான, துவர்ப்பான அனுபவங்கள் கிடைத்தன.

2023 அக்டோபரிலிருந்து 2024 மார்ச் வரை மீண்டும் இதன் பிரிண்ட்டவுட், எழுதப்பட்டவனின் பார்வைப் படாமலேயே இருந்தது.

படைப்பாளி எப்போதும் பல்வேறு மனக்குழப்பங்களால் நிறைந்தவன்தான். மனமுடைந்து படுத்தக் கிடந்த ஒரு நாளில் இக்கடிதங்களை முழுவதுமாக படித்து முடித்தேன்.

இவைகள் அப்படியே அச்சுக்குப் போவதில் என்ன ஆகி விடப் போகிறது? என்னை ஒருவர் அண்ணனாக, அப்பாவாக, காதலனாக, தோழனாக கருதுகிற பல்வேறு பால் பேதங்கள் இல்லாத அந்த மனங்களின் குவியல் இது. முழுமனதோடு அதன் அச்சேறலுக்கு எனக்கு நானே சமாதானம் சொல்லிக் கொண்டேன். எழுத்தைப் பொது வெளியில் வைக்கிற எவனும் எதிர்கொள்கிற எந்த எதிர்வினையையும் நானும் எதிர்கொள்வேன்.

என் புத்தகங்கள் சில வம்சியிலிருந்து கொஞ்சம் விலகி நண்பர்களுக்கென வரவிருக்கிறது. படைப்பாளி எப்போதும் தன் குடும்பத்திற்கு மட்டுமே சொந்தமானவனல்ல. அவன் நண்பர்களுக்கும், சமூகத்திற்குமானவன்.

தோழர் பரிதி என்னோடு 30 ஆண்டுகளுக்கும் மேலாக பயணிப்பவர். உடனிருப்பவர். அவரின் பிரியத்திற்குத் தருவதற்கு என்னிடம் இச்சொற்கள் தவிர வேறில்லை.

எத்தனையோ பேரிலயக்கிய வாசிப்புக்கும் இலக்கிய உரையாடலுக்கும் சம்பாத்தியங்களின் நிறைவுக்கும் மத்தியில் தனக்குப் பிடித்த ஒரு எழுத்தாளனின் இணையப் பக்கங்களை கவனித்து, அவனுக்கு எழுதப்பட்ட இக்கடிதங்களை வரிசைப்படுத்திய என் பிரியமான வாசகி ஷோபனா (எ) மதுகைக்கு என் எளிய அன்பு.

தீபம் ஏற்றப்படுவதற்கு இன்னும் ஒரு மணி நேரமே மிச்சம் இருக்கிறது. இந்தப் பேரமைதியான மழை ஓய்ந்த நாளின் அறைத் தனிமையில் இதை நிறைவு செய்கிறேன்.

எளிய அன்புடன்,
பவா செல்லதுரை.

ஆன்மாவை ஊடுறுவுகிறவன்...

அன்புள்ள பவாவுக்கு,

எள்ளளவும் அழுக்கில்லாமல் இதை எழுதத் தொடங்குகிறேன். துயரங்களை உண்டு வாழ்பவர்கள் கலைஞர் ஆகிறார்கள். அவைகளே அவர்களுக்கு உரமாகி... ஜீவித வார்த்தைகளாக., எழுத்துக்களாக ... கலை வடிவங்களாக அவதாரம் எடுக்கிறது.

நேற்று மாலை நான் பவா செல்லதுரையைப் பார்க்க வீட்டுக்குச் சென்று இருந்தபோது, விகடனின் "சொல்வழிப் பயணம் "நூலை பிரியத்தோடு குழந்தையைக் கையில் கொடுப்பது போல் லாவகமாகக் கொடுத்தார். என் வீட்டிற்கு வந்து நான் ஒரு குழந்தையின் தலையைத் தாய் விரல் இடுக்குகளில் கோதுவது போல, பக்கங்களைப் புரட்டினேன். எதேச்சையாக விரல் 14 ஆவது கட்டுரையில் நின்றது.

இன்று குரல்வழிப் பயணப்பட்ட பவாவின் உறவு 40 ஆண்டு காலத்துக்கு முன் அவனின் மாணவப் பருவத்திலிருந்து என் ஓவியக் கூடத்தில், எழுத்தாளர்களைப் பற்றியும், அவர்களின் கதைகளைப் பற்றியும் சுவாரஸ்யம் குறையாமல் மனமும் உடலும் ஒருங்கிணைந்து சொல்லும் விதத்தால் எல்லோரையும் ஈர்ப்பவன் பவா! பொய் இல்லாத உடல் மொழி அசைவுகள்... பார்ப்பவர்கள் வியக்க ஆன்மாவை ஊடுருவச் செய்யும் மொழி ஆற்றல்காரன். மனித மனங்களின்நம்பிக்கையில் பேரன்பை அடை காப்பவன். சிலர் மீது அவன் வைத்திருக்கிற அன்பின் மிகை கூட.,

காலத்தினால் பகையாக மாறலாம். அது கூட அவனால் காரணம் அறியப்படாதவையாகவே இருக்கும்

அப்படி ஏதாவது சொன்னால் கூட அது அவர்களின் பொருட்டாகவே இருக்கட்டும் என்ற மனப்பக்குவம் உள்ளவன் என்று நான் உணர்ந்தவன்.

சொல்வழிப் பயணத்தின் இரண்டு கட்டுரைகளை படித்து விட்டு அதன் உஷ்ணம் தாங்க முடியாமல் , பவாவோடு பேசி தணித்து கொள்ளலாம் என்று காலையில், அலைபேசியில் தொடர்பு கொள்ள சூழ்நிலை வாய்க்காமல் போகவே இதை எழுதுகிறேன். ஆத்மாவில் ஏற்படுகிற சூடு...சுடுகாட்டின் உஷ்ணம் போல... அதை எழுதினால்தான் எழுத்து வடிவமான மழை நீர் ஆத்மாவின் உஷ்ணத்தை தணிக்கும்.

உடல் மொழியும், சொல்லும் ஒன்றாக இருப்பவனின் வார்த்தைகள் "தேவ பாஷானம் "ஏறக்குறைய பாற்கடல் நஞ்சு போல ! அது கேட்பவர்களின் காதுகளையும் மனசையும் அமுதம் ஆக்கி அருந்தச் சொல்லும். அந்த ஆற்றல் இவனுக்கு எப்பொழுதுமே உண்டு. 14ஆவது கட்டுரை இப்படி ஆரம்பிக்கிறது ...."புது வருடம் பிறந்திருக்கிறது "என எழுத்து தொடங்கிய உடனே என்னைப் போன்ற கூட இருந்தவர்களுக்கு கலை இலக்கிய இரவு , காந்தி சிலை மூலை என.. எண்ணச் சிதறல்களுக்கு மத்தியில் பவாவின் பால்ய வயதுகளில் தொடாத கண்ணதாசனை இப்போது தொட்டு இருக்கிறானே என்று பெண்ணைப் பற்றின சிலிர்ப்புகளை அசைபோட வைக்கிறதோ என எண்ணும்போதே மாற்றுச் சிந்தனை பாதையில் , நிலப்பரப்பின் பச்சை தன்மைகளை,

மார்கழி மாத ஐயப்ப பக்தர்களின் நினைவுகளை, திருவண்ணாமலை மக்களின் பிரார்த்தனைகளை, மனித மனங்களின் புத்தாண்டுச் சபதங்களின் உள்ளுணர்வுகளை மீட்டிச் செல்கிறது கட்டுரை. நம் வாசிப்புத்தன்மையின் முன் அபிப்பிராய மன ஒழுங்கை கருத்துச் சந்துக்களின் வழியே பாதை அமைத்து இட்டுச் செல்கிறது. பருவ நிலைகள் வண்ணதாசனின் கரைதல் நிலையைப் பூக்க செய்கிறது. உதாரணத்துக்கு மஞ்சள் நிறத்தில் மினுமினுக்கும் பூசணிப்பூவாய் மார்கழி மாதத்தோடு சேர்த்து தை

மாதமும் தளிர்க்கிறது. மீதமுள்ள வரிகளில் மீண்டும் பவா உயிர்ப்பிக்கிறான் தன் மனதில் அப்பிக் கிடக்கும் இரக்கக் கைகளால், கிராமத்துப் பெண்களின் இயலாமையை... வறுமையின் வெறித்த பார்வையை தாங்காது இவன் முகத்தில், அவளின் கருப்பு சட்டியில் , இவனிடம் இருக்கின்ற கருணைக் கண்களால் அவளது பாத்திரத்தில் இரண்டு கை மாவு அள்ளிப் போட மனம் அட்சய பாத்திரமாய் நிரம்பி வழிகிறது. உழைத்துச் சாப்பிடு என்று ஊர் மக்களின் நம்பிக்கையாக திருடனின் கருணைக்கும் வழி சொல்லுகிறது எழுத்து.

கிறிஸ்துமஸ் காலங்களில் பிரார்த்தனைப் பாடல்கள் நானும் நண்பர்களோடு ஏ.எல்.சி. சர்ச்சின் மூலமாக பச்சைக் குத்திக் கொள்ளாத ஒரு கிறிஸ்துவனைப் போல் இரவு பஜனை பாடல்கள் கிறிஸ்துவ நண்பர்களோடு நான் கடத்திய நாட்களும் வருடங்களும் நட்சத்திர நம்பிக்கைகளை எனக்கும் விதைத்துக் கொண்டு தான் இருக்கிறது. என் மனவெளியில் உலா வருவதை இந்தக் கட்டுரை திடீரென என்னை வாசிக்கச் செய்தது. எல்லா நிலைகளிலும் எழுத்தாளனின் கருணை நிறைந்த கைகள் வறண்டு விடக்கூடாது என்பதை யாருக்கோ குழந்தை பிறக்கிறது என்கின்ற மேரி வில்லியம்ஸ் நினைவுகள், சாரோன் தனம் அம்மாவையும் தனகோட்டி ஆசிரியரையும் எனக்கு நினைவுகளால் மீட்டுத் தந்தது எழுத்து. இவன் கலங்கி நிற்கும் பொழுதெல்லாம் புதுவருட நம்பிக்கையைப் போல வாசித்து உயிர்த்தெழுகிறேன்!

அடுத்த கட்டுரையில் .....

உலுக்கிப் போடுகிற கேள்விகளைச் சுமக்கிறவர்களுக்கு நித்திரை இல்லை என்ற நமக்குள் எழுகிற கேள்விகள் குறித்து தொடங்குகின்ற கட்டுரை. அப்பாவால் தனியாக விடப்பட்ட ராதிகாவின், மனநிலை சோர்வும், மன இருள் நிறைந்த வயதானவனின் பொய் அழைப்பை நம்பின..... வன்கொடுமை நிகழ்வு பச்சை மரத்தின் வாசனை ஒப்பீட்டுடன் நினைவு அறைகளை மின்னலைப் போல் தாக்கிச் செல்லும் சம்மட்டி அடி... மேற்கொண்டு வாசிக்க முடியாதபடி நகர்கிற கதை. குழந்தைகள் மீது கட்டவிழ்த்து விடப்படும் வன்கொடுமை! மிருகங்களாய் மாறிய மனிதர்கள் குழந்தைகளின் உளவியலை நம்முன் காட்சிப்படுத்துகிறது. ஜா.தீபாவின் குருபீடம் கதை

இன்னும் சற்று உயரே போய்... கடவுளைப் போன்றவர்கள் குழந்தைகள். அவர்களை அரவணைத்துப் பாதுகாக்க வேண்டிய நாமே அவர்களின் ஆழ்மன அதிர்வலைகளை வாசித்து முடிக்கையில் இந்தச் சமூக அவலங்களை எழுத்து வடிவங்களாக வாசிக்கையில் வாசகன் வேறொரு அழுத்தத்துக்கு உள்ளாக்கப்படுகிறான். உனக்கு குரல் வழி பயணம் மட்டுமல்ல... எடுத்தாளும் எழுத்தின் வலிகளும் உன் விரல்கள் உணர்ந்து இருக்கின்றன. ஈரநெஞ்சத்தின் எந்த வடிவமும் பிரசவம் தானே ! வாசித்த புத்தகங்களின் கதை மாந்தர்களின் தன்மை, மனித மனங்களின் உள் கூறுகளை புரிந்துகொள்ளுகின்ற உன் போக்கு எல்லோருக்கும் வாய்க்காது. உனக்கு வாய்த்திருக்கிறது. நீர்த்துப்போன போலி எழுத்து வணிக வியாபாரிகள் மத்தியில், ஜீவனுள்ள வரிகளை எழுதத் துடிக்கும் உன் விரல்களுக்கும் பேனா கொடு. குரல் உச்சரிக்கும் வார்த்தைகளை உன் விரல்களும் சற்று ருசி பார்க்கட்டும். எழுது பவா எழுது!!

ஓவியர் பல்லவன்
திருவண்ணாமலை

அன்புள்ள பவாவுக்கு,

எழுத்தாளர்கள் பவா, ஷைலஜா அவர்களைச் சந்தித்து, அவர்களோடு இரு நாட்கள் கழித்தது நெகிழ்வும், உணர்வெழுச்சியும் மிகுந்த அனுபவம். என் சொற்கள் அனுவுடையதுவும் என்று கொள்க. ராஜனுக்கு நன்றி சொன்னால் அடிக்க வருவார். ஆனால் அவர் இல்லத்தில் தங்கி பவா, ஷைலஜா அம்மாவுடன் இருந்ததும், நண்பர்களைச் சந்தித்து அளவளாவி மகிழ்ந்ததும் அவரன்றி சாத்தியமில்லை. அவரை இக்கணம் மீண்டும் அணைத்துக் கொள்கிறேன்.

ராஜன் குடும்பத்துடன் ஐரோப்பிய பயணத்தில் இருந்தார். எழுத்தாளர்களின் வருகைக்கு முதல் நாளே ரேலே வந்திருக்க வேண்டியவருக்கு விமானம் இரண்டு நாட்கள் தாமதமாகி விட்டது. எனவே முத்து காளிமுத்துவைத் தொடர்பு கொண்டு, எழுத்தாளர்களை வரவேற்கும்படி கேட்டுக் கொண்டார். தாமதமான விமானத்துக்காகக் காத்திருக்காமல், புதிய டிக்கெட்டுகளை வாங்கி முப்பதுமணி நேரப் பயணம் செய்து, அடுத்த நாளே, அதாவது எழுத்தாளர்கள் ரேலே வந்த தினமே அவரும் முத்துவின் வீட்டுக்கு வந்து அவர்களை வரவேற்றார். அவர் கொடுத்த தகவல் படி நானும், அனுவும் முத்து வீட்டுக்குச் சென்று அவர்களைச் சந்தித்தோம்.

பவா, ஷைலஜா அம்மா இருவரும் இலக்கிய உலகில் சாதித்தவர்கள் என்று நண்பர்கள் யாருக்கும் சொல்ல வேண்டியதில்லை. ஆனாலும் அதற்குரிய எவ்விதப்

பாசாங்குமின்றி, அலங்காரங்களின்றி (அகங்காரமும்தான்) தன்னை ஒரு தூய உயிராக மட்டுமே தான் காணும் சக மனிதன் ஒவ்வொருவரிடம் முன்வைத்தார்கள். அவர்களது இந்த உன்னதமான இருப்பு பற்றி ராஜனும், முத்துவும், சௌந்தர் அண்ணாவும் பகிர்ந்து கொண்டிருக்கிறார்கள். அதே அனுபவம்தான் எனக்கும், அனுவுக்கும். அவர்களோடிருந்த ஒவ்வொரு நிமிடமும் கொண்டாட்டமும், துள்ளலும், ஆனந்தமும் (ஆனந்தக் கண்ணீரும்) ஆகத்தான் கழிந்தது. இந்த அனுபவம் பற்றி எவ்வளவு சொன்னாலும் குறைவாகச் சொன்னதாகத்தான் படுகிறது. ஒரு வயதுக்கப்புறம் சக மனிதரிடம் அன்பு காட்டுவதென்பதையே நாம் மறந்து விடுகிறோமோ என்ற அச்சம் எனக்கு ஏற்பட்டதுண்டு. பிறரை நிபந்தனை இன்றி நேசிக்க முடியும் என்று இருவருமே தொடர்ந்து நிரூபித்துக் கொண்டிருக்கிறார்கள். அப்படிச் செய்வதன் மூலமே நாம் நிறைவுடனும், ஆனந்தத்துடனும் வாழ முடியும் என்று அவர்களிடம் கற்றுக் கொண்டோம்.

பிரகாசத்தைப் பார்த்து பிரமிப்பும், வியப்பும் ஏற்பட்டது. பவா பிரகாசத்தை "இவன் என் இன்னொரு மகன்" என்கிறார். அவரோ இவர்களைக் குழந்தைகளைப் போல கவனித்துக் கொள்கிறார். உங்கள் நட்புக்கு நான் நன்றியுடையவனாக இருக்கிறேன் பிரகாசம்!

முப்பது மணி நேர உறக்கங்கெட்ட பயணம். எழுத்தாளர்கள் வருகை தந்த இரவும் இரண்டு மணி நேரமே உறக்கம். ஆனாலும், மறு நாள் காலையில் ராஜனும், ஷசியும் எழுந்து உணவுத் தயாரிப்புகளையும், எங்கள் எல்லாருடைய தேவைகளையும் கவனிப்பதிலும் சளைக்காது ஈடுபட்டுக் கொண்டிருந்தார்கள். அன்று நான்கு மணி நேரக் கார்பயணத்தில் நாங்கள் அனைவரும் இரு இடங்களைச் சென்று பார்த்தோம். எட்டு மணி நேரமும் ராஜனேதான் கார் ஓட்டிக் கொண்டு வந்தார். சாதாரணமாக எனக்கு பயணத்தில் ஓரிரவு தூக்கம் கெட்டிருந்தால், ஒரு முழு நாள் உறக்கம் தேவைப்படும். ராஜனும், ஷசியும் இன்றிரவாவது நன்கு தூங்கி ஓய்வெடுக்கட்டும்.

தன் இசை அமைப்புப் பணிகளை என்னிடம் விவரித்துக் கொண்டிருந்த ராஜன், "ஷசி என்கிற இந்த தேவதை இருப்பதால்தான் இந்த இசைப் பயணம் எனக்கு சாத்தியமாகிறது," என்றார். அருகிலிருந்த அனு, "உண்மையிலேயே அவங்க தேவதைதான். என்னவெல்லாம் மேஜிக் பண்றாங்க," என்றாள். அவள் குறிப்பிட்டது ஷசி சுழன்று, சுழன்று எங்கள் எல்லாருடைய தேவைகளைக் கவனித்துக் கொண்டது பற்றியும், பத்து, பதினைந்து நிமிடங்களிலேயே உணவு வகைகளைத் தயாரித்து, எங்களை போஷித்தது பற்றியும். 'கொஞ்சம் ரெஸ்ட் எடுங்க' என்று எவ்வளவு சொன்னாலும் கேட்கவில்லை. ராஜன், ஷசி, தன்யா, ஆதி என்ற நான்கு அற்புதமான மனிதர்கள் அடங்கிய குடும்பம். எல்லாருக்கும் சேர்த்து திருஷ்டி கழித்துக் கொள்கிறேன்.

பயணம் முடிந்து எட்டு மணிக்குத்தான் ராஜன் வீடு திரும்பினோம். நண்பர்கள் சந்திப்புக்கு ஏற்கெனவே ஏற்பாடு செய்திருந்தார் ராஜன். ஆண்களும், பெண்களுமாக நிறைய நண்பர்கள் வந்த வண்ணமிருந்தனர். பவா, ஷைலஜா அம்மாவுக்குப் பெண் வாசக நண்பர்கள்தான் அதிகம் என்று என் உள்ளுணர்வு சொல்கிறது. வந்த பெண்கள் தாங்கள் கொண்டு வந்த உணவுப் பொருட்களை மேஜையின் மீது வைப்பதிலும், மேலும் தேவையான விஷயங்களைச் சமைப்பதிலும் முனைந்தனர். ஆண்கள் பவாவைச் சுற்றி அமர்ந்து அவர் பேச்சைக் கேட்டுக் கொண்டிருந்தோம். எனக்கு ஒரு கனவு. பெண்கள் எல்லாம் சுற்றி அமர்ந்து இலக்கிய அரட்டையில் ஈடுபட்டிருக்க, ஆண்கள் நாமெல்லாம் அடுக்களையிற் புகுந்து அறுசுவை உணவைப் படைப்பதில் முனைப்புடன் ஈடுபடும் ஒரு நாள் வரவேண்டுமென்று. அறிவியக்கம் என்று சொல்லிக் கொள்கிற நாமெல்லாரும் என்றைக்கு இலக்கிய அரங்கில் பெண்களைச் சமமாக அமர்த்தப் போகிறோம்? (இது நம் சிந்தனைக்கு மட்டுமே. பிரச்னையைக் கிளப்ப அல்ல.)

எழுத்தாளர் பவாவை அண்ணா, அப்பா என்று உரிமையுடன் நண்பர்கள் முத்து, ராஜன், ஷசி, பிரகாசம்,

சௌந்தர் அண்ணா எல்லாரும் அழைக்கிறார்கள். இரண்டு மூன்று மேடம்களுக்குப் பிறகு ஷைலஜா எனக்கு அம்மா ஆகி விட்டார். நான் இன்னும் பவாவை சார் என்றுதான் அழைக்கிறேன். நாக்கூச்சம்தான். விரைவில் வென்று விடுவேன் என்று நினைக்கிறேன்.

மறு நாள் காலை ஏழரை போல எழுத்தாளர்கள் இருவரும் விடைபெறும் நேரம். எல்லாரும் தயங்கித் தயங்கி நின்று கொண்டிருந்தோம். ஆதி என்றொரு பெரிய மனிதர் தூக்கக் கலக்கத்துடன் நடந்து வந்து, நின்று கொண்டிருந்த எங்களை ஒவ்வொருவராக அணைத்துக் கொண்டார். அவர் நகர்ந்தபின் பவா என்னை அணைத்துக் கொண்டார். பின் ஒவ்வொருவராக அணைப்புப் படலம். கண்ணீர் பெருகிக் கொண்டே இருந்தது. ஏனோ மனம் எந்தத் தேடலுமின்றி, நிறைவுற்று பொங்கிக் கொண்டிருந்தது. பவா வெளியில் சென்று டொயோட்டோவின் கதவைத் திறந்து ஸ்டைலாக நின்றார். "ஏதோ தாய் வீட்டிலருந்து பிரிஞ்சு போற மாதிரி இருக்கு", என்றார். எனக்கு என் ஆத்ம நண்பன் விடைபெறுவதைப் போலிருந்தது. சுற்றியிருந்த அனைவர்மீதும் அன்பு பொழிய ஏங்கும் என் மனதை நினைத்து எனக்கே பெருமையாக இருந்தது.

ஜகதீஷ் அணு
ரேலே, அமெரிக்கா

"எழுத்துக்கு உயிர் உண்டு" என்று அவருக்குத் தெரியும். எழுத்துக்கு கை, கால், காது, இதயம் எல்லாம் இருக்கிறது. யாராவது அழுதால் எழுத்தின் கரங்கள் நீண்டு சென்று துடைத்துவிடும். உங்களை விட்டு யாராவது பிரிந்து சென்றால் எழுத்தின் கால்கள் விரைந்து சென்று அவரைக் கொண்டு வந்து உங்களிடம் சேர்த்துவிடும். உங்களுக்கு துயரமென்றால் எழுத்தின் இதயம் உங்களுக்காகத் துடிக்கும். உங்களைத் தன்னோடு சேர்த்து அணைத்துக் கொண்டு நம்பிக்கையளிக்கும் நூறு கதைகளை உருவாக்கிச் செல்லும். எழுத்து ஒரு மாய உலகம். அந்த உலகில் சூசியும் நான்சியும் காஃப்காவும் எப்பொழுதும் கரம் கோர்த்து மகிழ்ச்சியோடு இருப்பார்கள்."

மருதன்,
"பொம்மையின் கடிதங்கள்" மாயா பஜார், இந்து தமிழ் திசை (மே,13,2020).

அன்புள்ள பவாவுக்கு,

வணக்கமும் வாழ்த்துகளும். இன்று காலை மருதன் அவர்களின் இந்த வரிகளைப் படித்தவுடன் உங்களின் நினைவும் இது குறித்து உங்களுடன் பகிர்ந்து கொள்ள வேண்டும் என்ற உணர்வும் வந்தது. ஒன்றை எழுதும் பொழுது கூட அந்த எழுத்தாளர், அவரின் எழுத்து பலரின் வாழ்வை வளமாக்கும், துயர் துடைக்கும், இன்று புதிதாய் பிறந்தவராய் உணரச் செய்யும், மீட்பளிக்கும் என்றெல்லாம் சிந்தித்திருப்பாரா எனத் தெரியாது. ஆனால்

அது அவ்வாறு செய்யவல்லது. கடவுளை விட மனிதர்கள் உன்னதமானவர்கள். கொண்டாடப்பட வேண்டியவர்கள் என்ற ஆழமான எண்ணத்தை சிறுவயதிலே என்னுள் விதைத்தது எழுத்துதான். எழுத்தை நேசிக்காமல் எழுத்தாளர்களைக் கொண்டாடாமல் வாழ்வதற்கு பழகிவிட்ட ஒரு வறண்ட சமூகமாக இச்சமூகம் மாறிவிட்டது வருத்தத்தைத் தருகிறது.

எழுத்தின் சுவை அறியாத ஒரு சமூகத்திற்காக கடினமான பலாப்பழத்தை பிளந்து அதில் இருக்கும் சுளைகளை எடுத்து அப்படியே தேனில் துவைத்துத் தருவது போல் உங்கள் கதையாடல் அமைந்திருப்பது மகிழ்ச்சியை ஒருவித இனம்புரியாத பரவசத்தை ஏற்படுத்துகிறது. அதுவும் தமிழ்ப்பாட நூலைத் தவிர எதையும் தமிழில் வாசிக்கும் பழக்கமில்லாத இன்றைய இளைய தலைமுறையை ஈர்க்கும் உங்களின் இரசவாதத்தால் நானும் ஈர்க்கப்பட்டதில் வியப்பொன்றுமில்லையே.

ஓர் எழுத்தாளர் பிற எழுத்தாளர்களின் படைப்புகளை எவ்வாறு உள்வாங்கி அதனைக் கொண்டாடுகிறார் அல்லது கொண்டாட வேண்டும் என்பதற்கு நீங்கள் ஆகச் சிறந்த எடுத்துக்காட்டு. ஓர் எழுத்தாளரின் கதையைச் சொல்லும் பொழுது அவருடன் நீங்கள் கொண்டுள்ள தொடர்பு, அவரின் ஆளுமை, சாதனைகள், அவரின் வாழ்வுமுறை, கம்பீரம் என அந்த எழுத்தாளரையே கண் முன் கொண்டு வந்து விடுகிறீர்கள். அது மட்டுமன்று ஒரு கதையைக் கூறும் பொழுது அது தொடர்புடைய இன்னொரு கதையையும் அத்தோடு அறிமுகம் செய்வது. நீங்கள் அழகிய பெரியவன் அவர்களின் 'தோப்பு' கதையைச் சொல்லும் பொழுது, ஒரு நல்ல கதையென்பது இன்னொரு நல்ல கதையை நினைவூட்ட வேண்டும் எனக் குறிப்பிட்டீர்கள்.

நீங்கள் கதை சொல்லும் பாங்கு எனக்கு நல்ல பல நேர்மறையான எண்ணங்களை, இனிய நம்பிக்கை தரும் நினைவுகளை, துயரமும் சோர்வும் மிக்க நேரத்தில் தந்தது. 'அறம்' உன்னதமான மனிதர்களை, வாழ்விற்கான நம்பிக்கையைத் தந்தது. 'யானை டாக்டர்', 'மனுஷி' இவையெல்லாம் நான் படிக்காத கதைகள். ஆனால் 'ஒரு வீடு, ஒரு மனிதன், ஒரு உலகம்' மற்றும் 'அம்மா வந்தாள்'

நான் படித்து ரசித்தவை. உங்கள் சொற்களில், குரலில் அவை அப்படியே உயிர்பெற்று வந்தன. ஹென்றி குறித்து நீங்கள் சிலாகித்துப் பேசும்பொழுது அழுதேன்.

பிரம்மம் கதை பெரும்பாலனவர்களின், குறிப்பாக எங்கள் வீட்டின் முருங்கை மரத்தை நினைவூட்டியது. அதுவும் தேர் ஜோடிச்சது மாதிரி நீளமான கரங்களைக் கொண்டது எங்கள் வீட்டு முருங்கை மரம். ஒரு சில மரங்களில் காய் ருசியாக இருக்கும் கீரை கசப்பு தட்டும். ஆனால், எங்கள் வீட்டு மரத்தின் கீரை காய் இரண்டும் ருசியாக இருக்கும். கோடை மழையில் கிளைமுறிந்து உங்களின் மின்சார வாரியத்துக் காரர்களுக்கு ஏகப்பட்ட காசு குடுத்தாச்சு. அதுக்கு பதிலாக காசு குடுத்து முருங்கக்காய் வாங்கிவிடலாம். ஆனால், கீரைக்காக வளர்த்த மரத்த வெட்டுவமா என்ன? பச்ச மரத்தை வெட்டினா பாவம்னு சொல்லிச் சொல்லி வளர்ந்த இனம் இல்லையா நாம். அந்தக் கதையின் ஊடாக அந்த வேட்டியை நெய்த கதையைச் சொன்னீர்கள். இந்தக் காலத்து இணைய தம்பதியருக்கு அந்த அனுபவம் சாத்தியப்படுமா என்று தெரியவில்லை. மே 18ஆம் தேதியுடன் திருமணம் முடிந்து 40 ஆண்டுகள் ஆகிறது. ஞாயிற்றுக்கிழமைகளில் பூசைக்குப் போய் விட்டு வரும் பொழுதே கறிவாங்கி வந்து சுடச்சுட மதியம் சாப்பிட்டுவிட்டு, வெற்றிலை போடும் அந்த அருமையான பொழுதுகள் அமையப் பெற்றவர்கள் நாங்கள். கி.ராவின் சிறுகதையொன்று, கதையின் பெயர் நினைவில்லை, புது மணத்தம்பதியர் குறித்த கதை. முதல் இரவு போன்ற ஐதீகமெல்லாம் இல்லாத வாழ்வுமுறை அவர்களது. அதைக் கி.ரா. சொல்லும் வகையே தனி. பசு மாட்டை கட்டிப் போட்டு காளை மாட்டை அவிழ்த்து விடும் வழக்கமெல்லாம் இல்லை. அது தானாக கனிந்து வர வேண்டும். அது எப்படி கனிந்து வந்தது என்பது தான் கதை. கதை இப்படி முடியும். இப்படியாக அவர்களின் முதல் பகல் நடந்தேறியது என்று. இந்தக் கதையை ஆண்களுக்கு திருமண அன்பும் பாலுறவும் என்ற தலைப்பில் உரையாடியபோது பகிர்ந்து கொண்டு பாராட்டு பெற்றேன். எத்தனையோ உளவியல் அறிஞர்கள், திருமண வழிகாட்டு நூல்கள் சொல்ல முயல்வதை ஒரு கதை சொல்லிவிடுகிறது. அதுதான்

உங்களைப் போன்றவர்களின் வெற்றி அல்லது வரம். எப்படி வேண்டுமானாலும் கொள்ளலாம்.

நிறைய எழுதிக் கொண்டே போகலாம். பால் சக்கரியாவின் 'யாருக்குத் தெரியும்' ஒவ்வோர் ஆண்டும் டிசம்பர் 28ஆம் தேதி எங்கள் கத்தோலிக்க திருச்சபையில் இயேசுவின் பொருட்டு கொல்லப்பட்ட அந்தக் குழந்தைகளின் நினைவாக மாசில்லாக் குழந்தைகளின் நினைவு விழா கொண்டாடப்படும். அன்று குழந்தைகளின் நீண்ட ஆயுளுக்கான பிரார்த்தனையும் உண்டு என்ற செய்தியை சேர்க்க வேண்டும் என விரும்பினேன். அது குறித்து இன்னும் நிறையப் பேசலாம். அதே போல கெட்ட குமாரனின் கதை இறையியல் படிக்கும்போது, Asiom theology படித்தேன். அதில் (எழுத்தாளர் பெயர் மறந்துவிட்டது) Theology of Nomb என்ற புத்தகத்தில் புத்தமதத்தாரின் மத்தியிலும் இக்கதை உண்டு. ஆனால் மாறுபட்ட ஒரு Climax பெற்றோர்களுக்காக கூட்டத்தில் அதைக் கூறுவது உண்டு அதையும் உங்களுடன் பகிர்ந்து கொள்ள வேண்டும் என நினைத்தேன். இப்படி பல. ஆனால், ஒருநாளும் உங்களுடன் இவ்வளவு எளிதில் தொடர்பு கொண்டு விட முடியும் என எண்ணியதில்லை.

உங்களுடன் தொலைபேசியில் தொடர்பு கொண்டு பேசிய பொழுது உங்களுடன் முடிவற்ற பந்தம் ஏற்பட்ட உணர்வு வந்துவிட்டது. நான் தொடர்பு கொண்டவுடன் எடுத்தீர்கள் அப்பா என்று அழைத்தீர்கள். என் பிள்ளைகளிடம் சொல்லிச் சொல்லி மாய்ந்து போனேன். அல்லது பெரிய மனிதர் கொஞ்சம் கூட ஈகோ இல்லாமல் இயல்பாகப் பேசினார். என்னை அக்கான்னு கூப்பிட்டார். எனக்கு சொல்லத் தெரியல பவா. தி.ஜா.வின் தவத்திற்கு 15 ஏக்கர் தரவந்த மனிதர்போல நாங்கள் எதைத் தருவது.

2015 செப்டம்பர் 6ஆம் தேதி இரவு 10.30 மணிக்கு மயங்கி விழுந்தார். 7ஆம் தேரி Pacemaker வச்சாங்க. நான் திரும்பத் திரும்ப தலையில் பலமான அடிபட்டிருக்கு பாருங்கன்னு கெஞ்சினேன். அடுத்தநாள் மதியம் போல Coma-க்கு போயட்டாரு. செம்டம்பர் 8 வேளாங்கண்ணி மாதா திருவிழா, மாலை 4.30க்கு Skull open பண்ணி(craniotomy) bleeling stop பண்ணினார். கடைசியில் anterior lobe of the brain cell are completely damaged எப்ப, coma-வில் இருந்து வெளிவருவாருன்னு சொல்லிட்டாங்க.

முதல் ஓராண்டை எப்படி நான் கடந்து வந்தேன்னு எனக்கே தெரியல. பல்லு தேய்ப்பதில் தொடங்கி தானா குளிக்கிற வரைக்கும் கொண்டு வந்துட்டேன் ஆனா, ஒரு நாள் முழுக்க ஒரு வார்த்தை கூட பேசமாட்டார். நாங்க இரண்டு பேருதான். இலக்கியம். அரசியல், சினிமா என்று நிறைய பேசுவோம். குடும்பமாக நிறை விவாதிப்போம். எங்க வீடு மிகவும் சுதந்திரமான வீடு. மதியம் பிரியாணி செஞ்சு சாப்பிட்டு, எப்படியும் யாராவது நண்பர்கள் இருப்பார்கள். சீட்டு விளையாடுவோம் அவர் டீ போட்டு எடுத்துட்டு வருவார். காலையில் இருந்து நிறைய வேலை செய்திட்ட உட்காருன்னு அவரோ, எங்கப் பையனோ, பாத்திரம் கழுவுவாங்க. இப்ப ஒரு மாதிரி தனிமை. பிள்ளைகள் வீடியோ கால் பண்ணி பேசுவாங்க என்ன படிச்சீங்க, என்ன படம் பார்த்தீங்க, இது உங்களுக்குப் பிடிக்கும் என்றெல்லாம் பேசுறாங்க. பேரனுங்க மூன்று பேர். ‘‘வாங்க வாங்க’’ன்னு கூப்பிட்டுக்கிட்டேதான் இருக்காங்க. என்னவோ போகணுன்னு தோணல.

இறையியல் கல்லூரி வெளியீடுக்கு இரண்டு கட்டுரைகள் தரவேண்டியிருக்கும் அத எழுதிக்கிட்டு இருக்கேன். நீங்கள் சொன்ன உடன் எங்கள் ரோட்டு வீட்டு கதையையும் எழுத ஆரம்பித்துவிட்டேன். நல்ல பல ஆளுமைகளை இந்த நாட்களில் அறிமுகப்படுத்தறீங்க. நன்றி. மனிதர்கள் அற்புதமானவர்கள். ஒரு சிலருக்கு அற்புதமாக வாழத் தெரிவதில்லை. கதைகள் மக்களை வாழப் பழக்கும் எனக்கு நமபிக்கையிருக்கிறது.

வாய்ப்பிருந்தால், எனக்காக ஒரு நாளை நீங்கள் ஒதுக்க முடியுமானால் உங்களை, உங்கள் ஷைலஜா, வம்சி மானசியை உங்கள் நண்பர்களை, உங்கள் நூலகத்தைக் காண வருகிறேன். நீங்கள் எப்பொழுது வேண்டுமானாலும் இங்கு வரலாம், எவ்வளவு நாட்கள் வேண்டுமானாலும் தங்கலாம். உங்கள் எழுத்துக்களை நான் வாசித்ததில்லை. வாசிக்க வேண்டும்.

இவ்வளவு நீண்ட கடிதத்திற்கு மன்னிக்க வேண்டும் காலையில் எழுதத் தொடங்கினேன். தினப்படியான சமையல், சுத்தம் செய்தல் எனபதெல்லாம் முடித்த பின் தொடங்கி. என் மனதும் கையும் ஓடிக்கொண்டேயிருக்கிறது. கடிதம் நீண்டுவிட்டது. என்னை அம்மாவென்றும் அக்காவென்றும் பலர் அழைப்பதுண்டு. ஆனால், நான் கடிதத்தின் தொடக்கத்தில் குறிப்பிட்ட மருதன் அவர்களின் வரிகளில் உள்ளது போல் எழுத்திற்கு உயிர் உண்டு எனக்கண்டமனிதர் என்பதாலும் அதனால் ஒரு புதிய உணர்வையே உண்டாக்கும் வரங்கொண்டவர் என்பதால் உங்களின் அக்கா என்ற சொல் இனம்புரியாத பரவசத்தைத் தந்துவிட்டது.

எனக்கு இரு தங்கைகள், ஒரு அண்ணன் உண்டு. என் அண்ணனின் மரணம் ஒரு துர்மரணம். அதனாலோ என்னவோ நீங்கள் சகோதரராய் கிடைத்தது மகிழ்ச்சி அளிக்கிறது. நீங்கள் சொன்ன அன்னம்மாள் டீச்சர் கதையில், அக்கா, நீ தளர்ந்து விழும் போது தாங்குவதற்கான தம்பி என்ற இயேசு போல.

மகிழ்ச்சி பவா. உங்களின் பயணம் தொடரட்டும். அன்பாலும் நட்பாலும் இந்த மானுட இதயங்களை நனையுங்கள்.

உங்கள் இல்லத்தாருக்கு என் அன்பும் வாழ்த்துகளும் நன்றியும்.

உன் தனசீலி அக்கா
திருச்சி

அன்புள்ள பவாவுக்கு,

உங்கள் எழுத்துகளை வாசித்துக்கொண்டும் குரலைக் கேட்டுக் கொண்டும் இருக்கிறேன். புத்தகங்களை அனுப்பிய ஷைலஜாவிற்கு என் அன்பையும், (ஒரு முத்தம் கொடுத்து) நன்றியையும் தெரிவியுங்கள்.

எனக்குப் புத்தகங்களை செய்தி வாசிப்பதுபோல் குறிப்பிட்ட நேரத்திற்குள் வாசிக்கவேண்டுமே என்ற அவசரத்துடன் வாசித்து முடித்துவிடப் பிடிக்காது. உங்கள் நண்பர் பிரபஞ்சன் கூறுவதுபோல் அது உடலைக் கழுவும் பாத்ரூம் குளியல். எனக்கு நதியில் நீராடுவது போல் ஆசைதீர அமிழ்ந்து வாசிக்கவேண்டும். நீங்கள் பரிந்துரைத்ததால் 'இயேசு கதை'களில் தொடங்கி ஷைலஜாவின் 'சிதம்பர நினைவுகள்', முத்தியம்மாவை வாசித்துவிட்டு, ஒரு சிக்கனமான கடிதத்தை அவருக்கு எழுதினேன். உங்களுடன் அவர் அதனைப் பகிர்ந்து கொண்டிருப்பார் என்று நினைக்கிறேன்.

உங்கள் எழுத்தில் 'நட்சத்திரங்கள் ஒளிந்து கொள்ளும் கருவறை' இந்தக் கதையை பலரிடம் பகிர்ந்து கொண்டேன். இதயம் ஒவ்வொரு முறையும் கனத்தது. பஷீரின் அறை அத்தனை எளிதில் திறக்கக் கூடியதல்ல. 19.டி.எம். சாரோனிலிருந்து. இப்பொழுது 'எல்லா நாளும் கார்த்திகை'யை வாசித்து முடித்தேன். ஒளியின் குழந்தையின் முதல் புதுமையின் சுவையான திராட்சை இரசம் போல.

இப்பொழுது எனக்குள் ஒரு பட்டிமன்றம். பவா கதை

சொல்லியா? எழுத்தாளனா? எனக்கு விஞ்சி நிற்பது எழுத்தாளன்தான்.

"அந்த ஊற்றுக்கண்ணில் முகம் புதைய நீர் அருந்த வைக்கிறார். நான் ருசியால் சில்லிடுகிறேன். நீர் எங்களின் கால்மீதேறி நனைகிறது. நாங்கள் நிறைகிறோம்."

இதனை அப்படியே காட்சியாகக் காணமுடிந்தது. இப்படி நிறைய குறிப்பிட்டுச் சொல்லலாம். சென்ற கடிதமே நீண்டு போனது. நீங்கள் எழுதுங்கள் பவா! கதைகளும், நேரமிருந்தால் எனக்குக் கடிதமும்.

"வையாபுரி மொரம்புல ஈரம் தெரியுது. இந்தக் கல்லுக்கு கீழ கடப்பாரையால மெல்ல நெம்பு. இத்தனை யுகமாய்க் கல்லின் மூட்டுக்குள் அடங்கியிருந்த நீரின் பிரவாகம்"

மனித மனங்களில் கசியும் ஈரத்தை நாம் கண்டுகொள்வதில்லை. சிறிய கடப்பாரையின் நெம்பலுக்காய் அது யுகயுகமாய் காத்துக் கிடக்கிறது. சிலருக்கு நல்லமனிதர்கள் கிடைப்பார்கள். நண்பர்களாய், காதலியாய், மனைவியாய், மகனாய் அந்தக் கருணையெனும் ஊற்றினைத் திறப்பவர்களாய், வற்றாமல் பாதுகாப்பவர்களாய். சிலர் அதனை நிராகரித்து வறண்டு கிடப்பதும் உண்டு.

பாலு மகேந்திரா அவர்கள் இறந்த பிறகு அவருக்கு வாழ்நாள் சாதனையாளர் விருது (அப்படித்தான் நினைக்கிறேன்) தரப்பட்டது. அதனைப் பெறுவதற்கு பாலா, அவரின் துணைவியார் அகிலாம்மாவைக் கரம்பிடித்து மேடைக்கு அழைத்து வந்தார். அவரை அப்பொழுது தான் முதல்முதலாகப் பார்த்தேன். அவரின் முகத்தில் மகிழ்ச்சியோ, பெருமிதமோ இல்லை. மாறாக நிராகரிப்பின் ரேகைகள் அந்த வெளிர் முகத்தில் ஓடியது. அவ்விருதை பாலாவே பெற்றுக் கொண்டாலும் யாரும் (அகிலாம்மா உட்பட) அதனை மறுத்திருக்க மாட்டார்கள் ஆனால் அகிலாம்மாவைத் தான் அழைத்து வந்திருந்தார். A Woman without any choice and voice பாலா ஒருவேளை தன் ஆசான் உயிரோடு இருக்கும்போது அவரிடம் இருந்து அகிலாம்மாவிற்கு எதனையும் பெற்றுத்தர இயலாமல்,

இதனையாவது பெற்றுத்தந்து ஆறுதல் அடைந்திருக்கக்கூடும். அகிலாம்மா ஆறுதல் அடைந்திருப்பாரா?

உடல் மொழியோடு வாழ்ந்த கலைஞனைப் பேட்டி எடுத்த பெண், ஷோபாவின் தற்கொலையில் உங்களுக்கு என்று ஆரம்பிக்க வேண்டியிருக்கிறது. காரணம் கலைஞரின் ஒப்பற்ற கலைக்காக அவர்களைக் கொண்டாடும் போது அவர்களின் வாழ்வு குறித்து கேள்விகள் வந்து விழுகிறது.

எல்லாக் கலைஞர்களும் மென்மையான இளகிய மனமும், நுட்பமான அறிவும் திறனும் கொண்டவர்கள் தான், கலை அவர்களை மெல்ல மெல்ல உள்ளிழுத்து புதைகுழி போல் புதைத்துக் கொள்கிறது. இயல்பான வாழ்வு அந்நியப்பட்டு அது ஒரு தனி உலகம். அங்கு அவர்களுக்கு நண்பர்கள், எதிரிகள், காதலர்கள், துரோகிகள், போதையூட்டும் புகழ், சூழ்ந்துகொள்ளும் ரசிகர்கள். இதில் அவர்கள் தொலைந்து போகிறார்கள். தன் மனைவி, குழந்தைகள், உறவுகளிடமிருந்து தொலைதூரம் போய் விடுகிறார்கள்.

பாலுமகேந்திரா, பல பெண்களைக் கடந்து வந்தவர், இன்னொரு பெண்ணுக்கும் வாழத்தலைப்பட்டவர். ஏன் இறுதியில் தனித்து வாழ்ந்தார். தனிமை கொடியது. வயதான காலத்தில் அது தரும் வலி. ஷைலஜாவின் குரலில் அப்பா என அழைக்க ஆசைப்படுகிறார். எல்லோருக்கும் இரத்தமும் சதையுமான மனிதர்களின் உறவும் அவர்களின் ஈரம் கசியும் இதயமும் கண்களும் வேண்டும் பவா.

பொது வெளியில் பயணிக்கும் அனுபவம் அற்றவர்களுக்கு குடும்பமும், பணித்தளமும், சுற்றமும் நட்புமே அதனை பூர்த்தி செய்துவிடுகிறது. சிலருக்கு பொதுவெளியில் அது வாய்க்கிறது. இருப்பினும் மாலையானதும் அல்லது பயணம் போனாலும் வந்தடையக் கூடுகளே தேவைப்படுகிறது. கூடுகளை புறக்கணித்தவர்கள் என்றும் திறந்தே இருக்கும் கூடுகளுக்குத் திரும்பத் தயங்குகிறார்கள். இந்தத் தயக்கத்தால் தனியே தன்னந்தனியே...

பாலு மகேந்திராவோ, பாரதிராஜாவோ, முத்துக்குமாரோ ஏன் உங்கள் வீட்டிற்கு வர ஆசைப்படுகிறார்கள் என நான் எண்ணிப் பார்க்கிறேன். உங்கள் குடும்பம் போன்ற ஒன்று

தொகுப்பு : மதுகை ♦ 29

அவர்கள் விரும்புவது. நான் என் பயிற்சி வகுப்புகளில் கூறுவதெல்லாம், எத்தனைக் குறைகள் இருந்தாலும் குடும்பங்களுக்கு மாற்றுயில்லை. ஆனால் அது இதே நிலையில் தொடர்ந்தால் அழிந்து போகும். குடும்பங்களை ஜனநாயகத் தன்மை கொண்டதாக, உரிமைகளும் கொண்டதாக மாற்றுவோம் எனக் குறிப்பிடுவேன். ஜனநாயகத் தன்மை கொண்ட குடும்பங்களை நான் தேடுகிறேன். அப்படிப்பட்ட குடும்பமாக உங்களைக் காண்பதால் அவர்கள் வீடு தேடி வருகிறார்கள்.

சின்னச்சின்ன ஏன் பெரிய சண்டைகள் சச்சரவுகள் இல்லாத குடும்பங்கள் ஏது? ஆனால், இன்றே பிரிந்து போவது போல் சண்டை போட்டுக்கொண்டு, குளிக்க வெந்நீர் விளாவி வைத்து கணவனின் முதுகு தேய்க்கும் மனைவியும், தன் தட்டில் விழுந்த பெரியமீன் துண்டை மனைவி தட்டில் எடுத்துப் போட்டு எல்லாத்தையும் எங்களுக்கே போடு என சமாதானத் தூதுவிடும் கணவனையும், வெகு இயல்பாக எல்லாவற்றையும் மறந்து உறவுக்குத் தயாராகி ஊக்கு மாட்டிக்குச்சு, எனச்சொல்லும் மனைவியை அணைத்துக் கொள்ளும் கணவனைப் போல் எளிய மனிதர்களாய் ஏன் மெத்தப் படித்தவர்களால் இருக்க முடிவதில்லை என நான் வியப்பதுண்டு.

ஒரு விவசாயிக்கும் நிலத்திற்குமான உறவு போலத்தானே குடும்ப உறவும், கண்டுகொள்ளாமல் விட்டால் பலனை எப்படி எதிர்பார்க்க முடியும். கலைஞர்கள் பொதுவாழ்வில் இருப்பவர்கள் இப்படித்தான் தவற விடுகிறார்கள். ஒரு சிலர் காதலைத் துறப்பதே இல்லை. கார்ல் மார்க்ஸ் மனைவி ஜென்னி. அவர்களின் ஒருநாள் வாழ்க்கையை வாசித்திருக்கிறேன். என்ன அற்புதமான உறவு. அவர்களது வறுமையும் நோயும் அவர்களைப் பிரிக்கவேயில்லை. வேறு ஒரு மனைவியாக இருந்தால் என்றோ விடைபெற்றுப் போய் இருப்பார். இவர்களைத் தான் நான் ஆதர்சமாகப் பார்க்கிறேன் பவா.

உங்களின் பாலு மகேந்திரா குறித்த பகிர்வும், ராஜராஜ சோழனின் படமும் இப்படியெல்லாம் எழுத வைத்துவிட்டது. எங்கள் கல்லூரிக்குத் தரவேண்டிய கட்டுரைகளை

முடித்துவிட்டேன். எங்களின் ரோடு வீடு குறித்து எழுத ஆரம்பித்து அப்படியே நிற்கிறது. எனக்குக் கட்டுரைகள் எழுதியும், பேசியும் தான் பழக்கம். கதைக்கான முயற்சியில் இறங்க தயக்கமாக இருக்கிறது.

பெண் இறையியலாளர் கூட்டங்களுக்காக எவாளும், சாராளும் இன்னும் சில பெண்களும் என எழுதியதையும் செழுமைப்படுத்தலாம் என நினைக்கிறேன். உங்கள் எழுத்துக்களையெல்லாம் பார்த்த பின்னர், "அக்கா நீ எதுக்குக்கா எழுதற பேசம கதை கேளு, வாசி, இல்ல சொன்னது மாதிரி சமைக்க வந்திருன்னு" பவா சொல்லிட்டா…

எழுத ஆரம்பித்தால் எட்டு பக்கத்தில் தான் வந்து நிற்கிறது. உங்களுக்கு, ஷைலஜா, வம்சி, மானசிக்கு என் அன்பும், நட்பும்.

தனசீலி அக்கா
திருச்சி

நட்பின் ஒளியைப் பரவச் செய்பவன்

அன்புள்ள பவாவுக்கு,

"என் வீட்டின் கதவைத் திறந்து யாரும் எப்போதும் உள்ளே வரலாம்" வைக்கம் முகமது பஷீர் இதை அடிக்கடி சொல்லியிருக்கிறார். அப்படி நுழையும் அனைவருக்கும் அளவிடமுடியாத பிரியமும், பஷீரின் வார்த்தையிலேயே சொல்வதென்றால் அவரால் செல்லமாக எடீ என அழைக்கப்படும் அவர் மனைவி செய்த பிரியாணியும், மாமர நிழலில் நிகழும் இலக்கிய உரையாடலும் எப்போதும் கிடைத்தது. தன்னைத்தேடி வருபவர்களுக்கு அன்பையும், உணவையும் மட்டுமல்லாது உலக விஷயங்களையும் பரிமாறியிருக்கிறார் பஷீர்.

அதனால்தான் பஷீரை நினைக்காமல் தமிழ் எழுத்தாளன் பவாசெல்லதுரையை யாராலும் வாசிக்க முடியாது. திருவண்ணாமலையில் பவாவின் வீடு வேலிகளும், படல்களும், தடுப்புகளுமின்றி எப்போதும் திறந்திருந்து நண்பர்களை அப்படியே உள்வாங்கத் தயாராக உள்ளது.

ஒரு விசாலமான மாந்தோப்பினிடையே சப்போட்டா, கொய்யா, மாதுளை என விரியும் அதன் நிலப்பரப்பில் ஒரு மீன் குளமும், குளக்கரையின் எல்லாக் கரைகளிலும் உயர்ந்து நிற்கும் மரங்களும், செடிகளுமாக நம்மை வசீகரிக்கிறது.

இயற்கை விவசாய முறையில் விளைவிக்கப்பட்ட நெல்வயல், முயல்கள், வாத்துகள், மாடுகள், கோழிகள், மகளுக்காக வளர்க்கப்படும் ஒரு குதிரையென சுதந்திரமாய்ச்

சுற்றித் திரியும் இவற்றினூடேதான் பவாவின் எளிய மண்வீடு.

விலங்குகளும், பறவைகளும், மரங்களும், மனிதர்களும் கலந்து சங்கமித்து வளரும் இந்த வசிப்பிடத்தில்தான் பவாவின் நிர்ப்பந்தங்களோ, எல்லைகளோ இல்லாத நட்பின் பெருமரங்கள் வளர்ந்து நிற்கின்றன.

மனைவியும், 'வம்சிபுக்ஸ்' பதிப்பாளருமான ஷைலஜாவும், மகன் வம்சியும், மகள் மானசியும் இவரின் நெடும் பயணத்தில் ஒரு நதி போல உடன் கலக்கிறார்கள்.

''எல்லா நாளும் கார்த்திகை'' என்ற இப்புத்தகம் பவாவின் வாழ்வின் சிலத் துளிகள்தான். நட்பை இதயத்தின் கனலாய் பொத்திப் பாதுகாக்கும் பவாவின் வாழ்வின் பல அடுக்குகளில் அவருடன் வரும் நண்பர்கள் பற்றியும், அவர்களுக்குள் இழையோடும் நட்பைப் பற்றியும், அதி மனோகரமான மொழியில், ஆற்றொழுக்கான நடையில் சொல்கிறது இப்புத்தகம்.

மம்முட்டி, சக்காரியா, பாலச்சந்திரன் சுள்ளிக்காடு, பாலுமகேந்திரா, நாசர், பாரதிராஜா, ஜெயகாந்தன், சுந்தரராமசாமி, திலகவதி ஐ.பி.எஸ், பாலா, சா.கந்தசாமி, என நீளும் இருபத்திநான்கு நண்பர்களின் வாழ்வில் பரிணமிக்கும் அபூர்வ நிமிடங்களின் பதிவு இது.

மனிதன் என்ற நிலைப்பாட்டில் எந்த மலையாளியும் இதுவரைப் பார்க்கவோ, புரிந்துகொள்ளவோ முடியாத மம்முட்டியைத்தான் பவா, இந்த புத்தகத்தில் நமக்கு அறிமுகப்படுத்துகிறார். மம்முட்டி என்ற மனிதனின் இதய ஆழத்திற்குப் போய், அவருக்கும் பவாவுக்குமான நட்பின் விசாலத்தை நமக்கும் கடத்துகிறது ஓர் அத்தியாயம்.

பாலச்சந்திரன்சுள்ளிக்காட்டின் மகன் திருமணத்திற்காக கொச்சினில் போய் இறங்கியதும், அங்கே எதிர்பாராமல் மீண்டும் மம்முட்டியைப் பார்த்ததும், பால் சக்கரியா ஓர் இரவு பவா வீட்டில் தங்கியதையும் ஓர் ஓவியம் மாதிரி பவாவால் தீட்டமுடிகிறது இந்தத் தொகுப்பில்.

எழுத்தாளர் திலகவதி ஐ.பி.எஸ்.க்கும் தன் குடும்பத்துக்குமான ஆத்மார்த்தமான அன்பைப் பற்றிய உரைநடை, வாசிக்கும் எவரையும் அதிசயிக்க வைக்கும்.

நட்பைக் கூட சொந்த விஷயங்களுக்குப் பயன்படுத்திக் கொள்ள முடியுமா? என யோசிக்கவைக்கும் இக்காலத்தில் அதிலிருந்து முற்றிலும் விலகி, சில நினைவுகளை, ஞாபகப்படுத்துதல்களை மட்டும் நமக்கு நேராக உயர்த்திப் பிடிக்கிறது இப்புத்தகம்.

'எல்லா நாளும் கார்த்திகை' தேசாபிமானி வார இதழில் தொடராக வெளிவந்து, இப்போது கோழிக்கோட்டிலிருந்து இயங்கும் 'ராஸ்பெரி புக்ஸ்' மூலம் மிக நேர்த்தியான தொகுப்பாக வெளிவந்துள்ளது. பவாவின் கவித்துவம் மிக்க வார்த்தைகளை கொஞ்சமும் சிந்திவிடமால் தமிழை மலையாளத்திற்கு கடத்தியிருக்கிறார் டாக்டர். டி.எம்.ரகுராம்.

மலையாளம் மூலம் : **டி.ஆர். ஸ்ரீஹர்ஷன்**

தமிழில் : **கே.வி.ஷைலஜா**

தேவை ஒரு புனைவு...

அன்புள்ள பவாவுக்கு,

நேற்று முன்தினம் நீங்கள் அளித்த "மேய்ப்பர்கள்" கட்டுரைத் தொகுப்பை வாசித்து முடித்தேன்.

உங்களது எழுத்து நடை குறித்து நன்றாக இருந்தது என்று கூறுவதே வழக்கமாகி விட்டது. உங்களால் சூழலையும், அந்த நேரத்தின் மன உணர்வுகளையும் எவ்வித பிரயாசையுமின்றி எளிதாக வாசகனுக்குக் கடத்திவிட முடிகிறது. மிகக்கச்சிதமான, குறைவான வார்த்தைகளுடன் வரையறுக்கப்பட்ட வரிகளைக் கொண்டு ஆளுமையின் கூறுகளை வாசகனுக்குப் புரிய வைத்து விடுகிறீர்கள்.

இது வழக்கமான ஆளுமைகள் குறித்த கட்டுரை எனும் இடத்திலிருந்து எப்படி மாறுபடுகிறது? இக்கட்டுரைத் தொகுப்பில் வரும் உங்களது தோழர்கள், குறைந்தபட்சமாக உங்களுடன் முப்பது ஆண்டுகால நட்பில், தொடர்பில் இருப்பவர்கள். இவர்கள் அவரவர் துறைகளில் நுழைந்த, அறிமுகமான காலம்தொட்டு தற்போது தத்தம் துறைகளில் அறியப்பட்டவர்களாக ஆகும் காலம் வரை உங்களுக்குத் தெரிந்திருக்கிறது. கால ஓட்டங்களை அதன் வழியே அவர்கள் அடைந்த, அடைய முற்பட்ட இடங்களை எளிதாகச் சொல்லிச் செல்ல முடிகிறது உங்களால்.

இயக்கத்திலிருந்து அரசியல் பதவிக்கு செல்லும் ஆளுமையைக் குறிப்பிடுகையில் இயக்க ஒழுங்குக்கு தன்னை ஒப்புவித்துக்கொண்டு அதன் வழியே இலக்கை அடைந்த என்று சொல்வது வெறும் கட்டுரை மட்டுமா? பேசப்பட்டவர்களின் விசித்திரமான நடவடிக்கைகள், சமரசங்களுக்கு ஆட்பட்ட, சமரசத்திற்கும் கொள்கைப் பிடிப்புக்கும் நடுவே மூச்சுத் திணறி தப்பிக்கும் விதமாக போதைக்குள் வீழ்ந்த நண்பர்களும் இதில் வருகிறார்கள். இது வெறும் பாராட்டுக் கட்டுரைகளாக ஆகிவிடாமல் இருப்பது இது போன்ற மின்னல் வெட்டுக்களால்தான்.

ஆனால் மின்னலின் வெளிச்சத்தில் ஓவியம் வரைந்து விட முடியுமா ஓர் ஓவியனால்? தேர்ந்த கதை சொல்லி நீங்கள். இங்கு கதைசொல்லி என்பது உங்கள் எழுத்து வழியே பேசும் பவாவைச் சொல்வது. ஒளிப்படங்களில் கதைகளைப் பற்றிப் பேசும் பவாவை அல்ல. இன்னொரு பவாவை இங்கு சொல்ல வேண்டும்.

கிட்டத்தட்ட முப்பது ஆண்டுகளுக்கு முன் ஆர்வமும், அதை விஞ்சும் துடிப்பும், இவ்விரண்டையும் விஞ்சும் வாசிப்பும் கொண்ட இளைஞர் குழு ஒன்று தமிழ் இலக்கிய உலகில், ஒரு புதிய பாதையை முன்னெடுத்துக் கிளம்பியது. தமிழகமெங்குமிருந்து திரண்டிருந்த அக்குழுவின் இளைஞர்கள், அன்றைய தமிழிலக்கியத்தின் பாதையை மாற்றி அமைக்கும் விதமாக, இரவு பகல் பாராமல் பேசி, பக்கம் பக்கமாய் கடிதங்கள் எழுதிக்கொண்டு, அவர்களே சேர்ந்து ஒரு சிறுகதைத் தொகுப்பு கொண்டு வருகிறார்கள். திருவண்ணாமலையிலிருந்து அன்று வெளிவந்த "ஸ்பானிய சிறகும், வீர வாளும்" எனும் சிறுகதைத் தொகுப்பு இனி தமிழில் வரவிருக்கும் எழுத்தாளுமைகளுக்கு முன்னறிவிப்பாக அமைந்தது. இன்று தமிழ் இலக்கியத்தின் முகங்களாக அமைந்திருக்கும் ஜெயமோகன், எஸ்.ராமகிருஷ்ணன், கோணங்கி போன்ற ஆளுமைகள் தம் இருப்பையும், வரவையும் பிரகடனமாக அறிவித்துக்கொண்ட தொகுப்பு அது. அதில் இருந்த முக்கியமான படைப்பாளியும், தொகுப்பைக் கொணர்வதில் ஈடுபாடும் காட்டிய ஓர் ஆளுமையின் பெயர் பவா செல்லதுரை.

மேலே உள்ள பத்தி உங்களுக்கே உங்களை அறிமுகப்படுத்துவதற்கு அல்ல. உங்களது கட்டுரைத் தொகுப்புகளையும், காணொளிக் கதைகூறல்களையும் மட்டுமே பார்த்து விட்டு பவா ஒரு கட்டுரையாளர் மற்றும் காணொளிக் கதைசொல்லி என்று மட்டுமே "மில்லினியம் கிட்ஸ்" நினைத்து விடக்கூடாதே என்பதற்காக அவர்களுக்குச் சொல்கிறேன்.

தமிழின் சிறந்த பத்து சிறுகதைகளை தேர்ந்தெடுக்கச் சொன்னால் அதில் இடம்பெறும் தகுதியுள்ள சிறுகதைகளை எழுதிய பவா செல்லதுரையையும் இன்றைய தமிழ் கூறு இலக்கிய நல்லுலகம் அறிய வேண்டுமல்லவா என்பதற்காக அவர்களுக்குச் சொல்கிறேன்.

சொந்த உடலின் எல்லா பாகங்களையும் வருடிச் செல்லும் நம் கைவிரல்கள் யதேச்சையாய் கூட தொட்டுவிடாத உள்ளங்கால்களைப் போல நவீனத் தமிழ் இலக்கியத்தின் எத்தொடுகையுமின்றி இருந்த திருவண்ணாமலை, வட ஆற்காடுப் பகுதிகளின் தொன்மங்களையும், வாழ்வையும் எழுத்தில் தர முடிந்த சிறுகதைக் கலைஞன் பவா செல்லதுரை என்பதையும் "கேட்போர்" அறியவேண்டும் என்பதற்காக சொல்கிறேன்.

ஓர் எழுத்தாளர் என்ன எழுத வேண்டும் என்பதைச் சொல்ல யாருக்கும் உரிமையில்லைதான். ஆனால் ஆழமும் உயரமும் தொட முடிந்த, தொட்டுக் காட்டிய ஓர் ஓவியன் தூரிகையை தண்ணீரில் தொட்டு வரைவதை ஏனென்றும் கேட்கலாம் தானே. எதற்கு இவ்வளவு பீடிகை? நேரே கேட்கிறேன்.

இக்கட்டுரைகளை எழுதவா பவா நீங்கள் வேண்டும்? நீங்கள் சந்தித்த மனிதர்களில் உருவான அசாதாரண மானுடத் தருணங்களைத் தானே கதைகளாக்கி அளித்தீர்கள் இதுவரை. 'வலி', 'கோழி', 'பிடி', 'டொமினிக்' என தனிமனித வாழ்க்கைத் தருணங்களில் வெளிப்பட்டு உயர்ந்து நிற்கும் மானுட உணர்வுகள், 'ஏழுமலை ஜமா', 'கரடி' என சூழல்களுடன் போராடி கலைமனம் வெளிப்பட்டு உயர்ந்து நிற்கும் கலையின் உன்னதத் தருணங்கள், மானுடத்தின்

கீழ்மைகளை தன் முன் எப்போதும் மண்டியிடச் செய்யும் இயற்கையின் பெருங்கருணையைச் சுட்டும் 'சத்ரு', 'வேட்டை' இவை அனைத்தும் உங்கள் அனுபவத்தில் நீங்கள் சந்தித்த, கேட்ட ஆட்களிலிருந்து கிளம்பிய பொறிகள்தானே. தன்னைச் சுற்றி நிகழும் சம்பவங்களிலிருந்து மகத்தான மானுட தரிசனத்தை அடைந்து அதை எழுத்தில் கொண்டு வரும் நுட்பம் வாய்க்கப்பெற்றவர்களாக இன்று நீங்கள், சு. வேணுகோபால் போல சிலரே இருக்கிறீர்கள். கத்தி முனை நடை போல் முற்போக்குப் பார்வை இருந்தாலும் இலக்கிய நுட்பம் குறையாமல் படைக்கப்பட்ட கந்தர்வனின் படைப்புலகப் பின்னணியில் இருந்து இன்னும் மேலெழுந்து வரும் படைப்புலகு உங்களுடையது.

இன்று எழுதும் அனைத்தையும் ஏன் ஆட்களைக் குறித்த, நிகழ்வுகளைக் குறித்த கட்டுரையாக மட்டும் குறுக்கிக் கொண்டு விட்டீர்கள்?உங்களது முப்பதாண்டு கால அவதானிப்பு எத்தனைப் படைப்புகளைத் தாங்கி வந்திருக்கும்? மகத்தான, கீழ்மையான, கொந்தளிப்பான, அசாதாரண தருணங்களை இந்த நண்பர்கள் சந்தித்து மீண்ட, போராடியத் தருணங்களை உங்கள் புனைவுப் படைப்புகள் என்றென்றைக்குமாக இலக்கியத்தில் நிறுத்தியிருக்குமே.

உங்களுக்கு நினைவிருக்கும் என்றே நம்புகிறேன். தம் பழங்குடி வாழ்க்கைக்கும், நவீன வாழ்வின் வாசலுக்கும் நடுவே நின்ற ஓர் இனக்குழுவின் தலைமுறையோடு சேர்ந்து வளர்ந்தவர் நீங்கள். அந்த வாழ்க்கை இன்னும் இலக்கியத்தில் பதியப்படவே இல்லை. ஒரு பெரு நாவலாக விரித்து எழுதும் அளவுக்கு அதில் இருக்கிறது என்று பேசினோம். அதை எழுதுவதாக வாக்களித்தீர்கள். அவ்வாழ்வை அருகிலிருந்து பார்த்த உங்களுக்கு அதில் சொல்ல எத்தனையோ உண்டு.

மகத்தான மனிதர்களை, சாதாரண வாழ்வில் அசாதாரணமான சூழல்களைக் கண்டவர்களை, சூழலின் அறைகூவலுக்கு தன்னை முன்வைத்துப் போராடி மேலெழுந்தவர்கள் என நீங்கள் தினமும் சந்தித்துக்கொண்டே இருக்கிறீர்கள் மானிடர்களை. அதிலிருந்து எத்தனையோ பேரை உங்கள் புனைவுப் படைப்புகள் மூலம் இறவாவரம் பெற்றவர்களாக மாற்றி விட்டிருக்கிறீர்கள். ஆனால் நீங்கள்

எழுத வேண்டிய அனைத்தையும் தற்போது வெறும் கட்டுரைகளாகவே எழுதிக் கொண்டிருக்கிறீர்களோ என படுகிறது. என் பெரு மதிப்பிற்குரிய ஜெயமோகன் இக்கடிதத்தைக் காண நேர்ந்தால் என்னைக் கடிந்து கொள்ளப்போவது நிச்சயம். ஓர் எழுத்தாளனை நோக்கி இதை ஏன் எழுதினாய், இதை ஏன் எழுதுவதில்லை என்று கேட்பது சரியல்ல என்பார் அவர். ஆனால் பெரும் திரையில் நுட்பங்கள் செறிய வரைய முடிந்த ஓவியன் தன்முன்னால் வந்தமர்வோரின் முகங்களை மட்டும் கோட்டோவியமாய் வரைந்து கொண்டே இருப்பதை எவ்வளவு நாள்தான் பொறுப்பது? ஜெயமோகனிடம் நான் திட்டு வாங்குவதிலிருந்து என்னைக் காப்பாற்றவாவது ஒரு நாவலை, புனைவுப் படைப்பைத் தருவீர்கள் என நம்புகிறேன் பவா சார்......

ஜா. ராஜகோபாலன்
சென்னை

மானுடத்திற்கான சொற்களின் பாதை...

அன்புள்ள பவாவுக்கு,

சொல் வழிப் பயணம்.

படிச்சு முடிச்சுட்டேன் பவா.ஒரு கணத்த மௌனம் நிரம்பி வழிந்ததே தவிர, என் உள்ளில் எந்தச் சொற்களும் இல்லை. மனிதர்களில் அனுபவ நிலப்பரப்பில் உங்களின் சொற்களைக் கொண்டு பாதை அமைத்துக் கடந்து சென்றது அபாரம். வாழ்க்கையில் அவமானங்களும், வன்கொடுமைகளும், இறப்புகளும், இழப்புகளும் மனிதனை மூழ்கடிக்கும் போது அதிலிருந்துத் தப்பிக்க வழித் தெரியாமல் அதையே முழுங்கி செரிமானம் ஆகாமல் ஆனால், வெளியே தன்னைக் கம்பீரமாகக் காட்டிக் கொள்ளும் மனிதர்கள் இப்பயணத்தின் ஏதோ ஓர் இடத்தில், வாசிப்பின் இறுதியில் மனம் வெடித்து அழுது விடுவார்கள் பவா.

முதல் கட்டுரை வாசிக்கும் போது" தோழி அழைத்தாள்ன்னு அவளோடு சேந்து நானும் தட்டை எடுத்துட்டு உக்காந்த போது அவ அம்மா ஆங்காரமாத் தட்டைப் பிடுங்கி "உங்காத்துல போய்க் கொட்டிக்கோ" ன்னு சொல்லறச்சே கண்ணில் கண்ணீரும் உதட்டில் சிரிப்புமாய் வெளியேறிய அந்த நாள் ஞாபகத்துக்கு வந்தது பவா.

மயில் தோகை குட்டிப் போடும்னு ரொம்ப வருஷம் நம்பிண்டிருந்தேன் பவா.அந்தக் குழந்தைமையைப் பிச்சுப் போட்டது இந்த ஆண் சமூகம் தான்.இன்னமும் அந்தத்

தொடுதலும், இளிப்பும், வலியும், பிசுபிசுப்பும், குமட்டலும் துரத்திக் கொண்டே இருக்கிறது பவா.

இந்த உணர்வுகளை உங்களைப் போன்றக் கலைஞர்களால் மட்டுமே உணர்ந்து கொள்ள முடியும்.அலறிக் கொண்டிருக்கும் ஆழ்மனங்களுக்கு ஆறுதல் சொல்ல முடியும்.

உங்களின் சொல்வழிப் பயணத்தில் அது கிடைத்திருக்கிறது பவா.இரு கால்களையும் கட்டிக் கொண்டு, முழங்கால்களுக்குள் முகத்தைப் புதைத்து யாருக்கும் தெரியாமல் கேவிக் கொண்டிருக்கும் மனிதர்களை அப்படியே உங்களின் கைகளால் மார்போடு அணைத்து உங்களின் நெஞ்சு சூட்டைக் கொடுத்திருக்கீங்க.அந்த இறுக்கத்தில் கொஞ்ச நேரம் கதறிக் கொள்கிறோம்.

போதும் பவா, இது போதும்.

முனைவர் பாரதி
கோவை

அன்புள்ள பவாவுக்கு,

ஆடுகளம் திரைப்படத்தில் ஒரு காட்சி வரும்..

பெரும் துக்கத்தில் இருக்கும் தனுஷ் கேரக்டர் நள்ளிரவு நேரத்தில் தன் நண்பர் அண்ணன் குருவானவர் வீட்டுக்கு சென்று கதவை தட்டி... ஒன்றுமில்லை மனசு சரியில்லை உன்கிட்ட பேசிட்டு போலாம் ன்னு வந்தேன் ண்ணே என்பார்.

இப்படியாக நமக்கு சில விஷயங்கள் இருக்கும்... மனம் கனக்கும் போதும் சரி, லேசாகும் போது சரி...உடனே தனிமையில் சில விஷயங்கள் செய்வோம்... பிடித்த பாடல்கள் கேட்போம்... புத்தகங்கள் வாசிப்போம்... சில நேரங்களில் தெரு முக்கு அண்ணாச்சி கடையில் உட்கார்ந்து அவரைப் பேசவிட்டுக் கேட்போம்..

அப்படி ஓர் அண்ணாச்சி எனக்கு பவா செல்லதுரை.

சமீபத்தில் முக்கியமாக கொரோனா காலத்தில் தலையில் ஏறியிருந்த பாரத்தை எல்லாம் இறக்கி வைத்தார்.

கார் பயணத்தில், நடை பயிற்சியில், சிந்தனைகள் தனிமையை அச்சுறுத்தும் போது, என, பல தருணங்களில் முட்டுக் கொடுத்து தூக்கி விடுகிறார்

தமிழ்ச் சமூகத்தில் தற்போதையச் சூழலில் இவரை விட ஆகச் சிறந்த கதை சொல்லி இருக்கிறார்களா தெரியவில்லை..

நண்பர்கள் பலருக்கு இவரை சில காலமாக பரிந்துரை செய்து வந்தேன்...

ஒரு நாள் அழைத்தான் நண்பன்... கிட்டத்தட்ட நள்ளிரவு வேளையில்... நான் என்னமோ ஏதோ என எடுக்க... வேறெதுவும் பேசவில்லை... நேராக...

"டேய் ராஜகோபால்.. பிரமாதம் போ... இத்தனை நாள் பவா சார மிஸ் செய்துட்டேன்...நீ சொன்ன (ஜெயமோகனின்) யானை டாக்டர் கேட்டேன்... மிரண்டுட்டேன்.. இப்படியும் கதை சொல்ல முடியுமா ன்னு... Great healer-டா அவர் கதைகள்" என்றான்.

அவரைப் பற்றி அவரின் கதை சொல்லல் பற்றி அவனின் அந்த உணர்ச்சிப் பொங்கும் இந்தப் பேச்சை போல பலர் சொல்லிக் கேட்டிருக்கிறேன்...

அதை நீங்கள் உணரும்போது யார் சொல்வதும் மிகையல்ல என்றே உணர்வீர்கள்.

சில மாதங்களுக்கு முன்பு இவரை நேரில் சந்தித்தத் தருணங்கள் வாழ்வில் மறக்காதது (இங்கே கூடப் பகிர்ந்து இருந்தேன்)

இந்த ஒரு வீடியோ ஒரு பானை சோற்றுப்பதம். (கிரா-வின் சிறுகதை) கேளுங்கள்.

பவா சார்....

கதை சொல்லிக்கொண்டே இருங்க...

The World doesn't need rich and successful people...the World needs peace makers, healers, artists, musicians and story tellers.

பிறந்தநாள் வாழ்த்துகள் பவா சார்

இரா. இராஜகோபாலன்

என்னுடைய ஆண் தேவதை

அன்புள்ள பவாவுக்கு,

வாழ்க்கையினால் ஒதுக்கப்பட்டவர்களின் பட்டியலில் என் பெயரும் இருந்தது.

பல துன்பங்கள், பலமான மனஅழுத்தங்கள்!!!

மனிதர்கள்தான் அதிகப்படியான துன்பங்களையும் கொடுப்பார்கள், மனிதர்கள்தான் அதே துன்பத்திலிருந்து நம்மை மீட்டெடுப்பார்கள் என்று யாரோ சொல்லி கேள்விப்பட்டிருக்கிறேன்.

ஆம் அது நிஜம்தான்!!!

சில மனிதர்களின் துரோகத்தினால் வஞ்சிக்கப்பட்டு மன அழுத்தத்தில் மூழ்கி அதன் விளிம்புப் பகுதிக்கு தள்ளப்பட்டவர்களில் நானும் ஒருவன்.

இப்படி இருக்க, ஒரு நாள் வலையொலியில் (you tube-ல்) ஒரு மனிதன் யானை டாக்டர் என்ற கதையை சொல்லிக் கொண்டிருந்ததை கேட்டேன்.

அந்தக் குரலில் கடலூர் மண்வாசனை கலந்த ஏதோ ஓர் ஆறுதல் கரம் என்னைக் கட்டித் தழுவியது.

அன்றிலிருந்து இன்று வரை அவரின் குரலில் பல கதைகள்!!!

சிறுவயதில் என் அம்மா தேவதைகள் பற்றிய கதைகளை எனக்கு சொல்லி இருக்கிறார்,இப்போது என் அம்மா இல்லை.

என்னுடைய அதிக வேதனையான நாட்களில் அம்மாவின் கதையில் சொன்ன தேவதைகள் வந்து என்னை துன்பத்தில் இருந்து மீட்டெடுப்பார்களா என்றெல்லாம் சிறுபிள்ளைத்தனமாக எண்ணிப் பார்த்திருக்கிறேன்!!!

ஒருநாள் அம்மாவின் கதை நிஜமானது!!! ஆம் என்னை துன்பத்தில் இருந்து மீட்டெடுத்தது ஓர் ஆண் தேவதை.

என் முகம் கூட அவருக்குத் தெரியாது, அவரை நான் ஒரு முறை மட்டுமே நேரில் பார்த்திருக்கிறேன், ஆனாலும் தினமும் அவரையும், அவரது குரலையும் ஸ்பரிசிக்காமல் இருந்தது இல்லை.

அவரின் அணுகுமுறையும், அவரின் வாழ்க்கை முறையும் எனக்கு ஓர் உந்து சக்தியை கொடுத்துக் கொண்டிருக்கின்றது.

இப்போதும் என் வாழ்வின் கொடிய தருணங்களில் "என்னடா மயிறு வாழ்க்கை எதுவா இருந்தாலும் பாத்துக்கலாம்" என்ற வரிகளில் அவரின் குரல் என் காதில் ஒலித்துக் கொண்டுதான் இருக்கின்றது.

எனது பிரச்சனைகளை இப்போதெல்லாம் மிகவும் இலகுவாகப் பார்க்கிறேன். வாழ்க்கையை மிகவும் எளிமையாகக் கடந்து செல்ல எனக்கு அவர் சொல்லிக் கொடுத்திருக்கிறார் இன்னமும் சொல்லிக் கொண்டே இருக்கிறார்.

அவரை அப்பா, ஐயா, அண்ணா, தம்பி, sir என்று ஆண்பாலில் பார்க்கிறார்கள், நான் அவரை பெண்பாலாகவே பார்க்கிறேன்.

ஆம் அவர் என்னை இரண்டாம் முறை பிரசவித்த தாய், அன்னை மடிசூட்டின் ஆறுதலும், அரவணைப்பும் அவரின் மூலம் எனக்கு என்றென்றும் கிடைக்கும் என்ற நம்பிக்கையில் பயணித்துக் கொண்டே இருப்பேன்.

(ஆம் அவர்தான் என் பவா செல்லதுரை, என்னுடைய ஆண் தேவதை)

பிரபு மணி

முகநூலால்... அகம் கோர்த்து...

அன்புள்ள பவாவுக்கு,

வணக்கம் சார். நான் கனடாவிலிருந்து சுபசௌந்தராஜன். கிட்ட நீங்க இருந்தா அப்படியே கட்டிபிடித்துக்கொள்வேன். சார். நான் ஒரு நான்கு சகோதரிகள். நான்கு சகோதரர்கள் என்றும் மற்றும் என் சின்னத்தா. மாமா குடும்பத்தினர் என்று பெரிய குடும்பமாக வாழ்ந்தவன். காலம் புரட்டிப் போட்டதால். எல்லாம் கனவாகிப் போனது. நிறைய இலக்கியம் பேசும் நண்பர்கள். எங்கள் வீட்டில் கல்கி, விகடன், குமுதம் இருந்துகொண்டே இருக்கும். நான் முதல் முதல் வாசித்த ஒரு பெரிய தொடர்கதை. ஜெகசிற்பியன் எழுதிய ஜீவகீதம். கொஞ்சகாலம் தொழில் இல்லாமல் வீட்டிலேயே இருக்கவேண்டிய ஒரு சூழலில் வாசித்த பெரும் கதை. கல்கியில் வந்ததை பைண்ட் பண்ணி அக்கா வைத்திருந்ததால் படிக்கும் வாய்ப்பு. சுமார் ஒரு மாதத்திற்கு மேல் அந்த கதையில் வரும் பாத்திரங்களுடன் வாழ்வதாகவே உங்கள் பாஷையில் மறைகழண்ட மாதிரி திரிந்தேன். அதன் பின்பு அக்கா அண்ணா எல்லோரும் அடிக்கடிப் பேசும் எழுத்தாளர் ஜெயகாந்தன். என் உறவுக்காரர் ஆண் பிள்ளை பிறந்திருக்கு. ஒரு நல்ல பேர் சொல்லு ஆறுமுகம் என்று என் அண்ணாவைக் கேட்க. உடனே அவர் சொன்ன பெயர். ஜெயகாந்தன்னு வைய்ங்க. என்றார். நான் கேட்டேன் ஏன் அவர் அவ்வளவு பெரிய ஆளா என்றேன். அவரு சிங்கம்டா. முதல்ல வாசி. அவர் எழுதிய கதை நிறைய இருக்கு வாசிடா என்றார். வேலை பளு, காலமாற்றம், பொறுப்பு என்று ஓடியபோது என் துணை புத்தகங்களே.

வாசித்து கொண்டே பயணம் செய்ய பிடிக்கும். மழை பெய்யும்போது ஜன்னலின் ஓரம் இருந்து வாசிக்க அப்படி ஒரு சுகானுபவம். திடீரென்று எல்லாம் இழந்து பிடுங்கி வேறு மண்ணில் நட்டதுபோல் கனடா வரவேண்டி வந்தது. வந்தும் துணை விகடன் மட்டுமே. அதுவும் இப்போ இரண்டு வருடமாய் கிடைக்கவில்லை. இணையத்தில் வாசித்தால் கையேந்தி பவனில் நின்று கொண்டு சாப்பிடுவது போல் இருக்கு. என் நண்பன் செல்வராஜ் புகைப்படக் கலைஞன். அவன் இப்போ இல்லை. மற்றவர்கள் அருகில் இல்லை. வீடு இருக்கு. விலையுயர்ந்த கார் எல்லாம் இருக்கு. பிள்ளைகள் இல்லை. எல்லாம் ஏக்கமாய். தினமும் காரில் வேலைக்கு போகும் போது. யூடியுப்பில் பாட்டு, பட்டிமன்றம் என்று கேட்டுக்கொண்டே போவேன். சமீபத்தில் உங்களின் குரல். ஜெயகாந்தனைப் பற்றிய பேச்சு. அப்படியே, என் கடந்தகாலம் என் நண்பர்கள். எல்லோரும் உங்களின் மூலம் கிடைத்து அப்படியே வாகனத்தை ஓரம் கட்டி கேட்டேன். அன்றுதொட்டு வாகனத்தில் என்னோடு தினமும் வேலைக்கு நீங்களும் பயணிக்கிறீர்கள். வேலை முடிந்து வீடு வரும் வரை. அதெப்படி சார். இப்படி ஒரு மனசு. முன்பு ஒரு தொலைகாட்சியில். நீங்கள் தந்த பேட்டி. அதன் பின் உங்கள் வீடு கிணறு. எல்லாம் கண்டு கேட்ட பின். என் துணைவியிடம். அடுத்த முறை இந்தியா போகும் போது. திரு பவா. வீட்டில் போய். தங்கி விட்டு வரனும் என்றேன். அதெல்லாம் நடக்குமா. அவர் யாருன்னு கேள்வி பட்டு இருக்கீங்க. அவருக்கு உங்கள தெரியுமா? நடக்கிற விசயமா? என்றாள். என்னா மனசு சார். நான் இழந்த அன்பு, பாசம், காதல் எல்லாம் எனக்கு கிடைச்சி இப்ப ரொம்ப சந்தோசமா இப்பதான் வாழ்கிறேன். மனித நேயமிக்க மாமனிதரே. உங்க முகவரி வேண்டும். விரும்பினால் போன் நம்பர். தாங்க. நிச்சயம் சந்திப்பேன். உங்கள் முகநூலின் மூலம் அகம் கோர்ப்போம். உங்கள் புத்தகங்களை. நான் வாசிக்க துடிக்கிறேன். எப்படி நான் பெறுவது. என் நண்பர்கள். மறைந்த சகோதரன் எல்லோருடைய மொத்த உருவமாய் எனக்கு இங்கிருக்கும் இயந்திர வாழ்வில் ஆறுதல் கொடுக்க ஆண்டவன் கொடுத்த கொடையான உங்களின் அன்பு பதிலை எதிர்பார்க்கின்றேன். (இப்பதான் வாழ தொடங்கி விட்ட நான்.)

சுபசௌந்தரராஜன்

ஆயிரம் மைல்கள் கடந்தாலும்...

அன்புள்ள பவாவுக்கு,

பல முறை உங்களுக்கு எழுத நினைத்து அனுப்பாமல் விட்ட கடிதம் இது. கடந்த வருடத்தில் நீங்கள் என்னுடன் பேசாத இரவுகளே இல்லை. நான் தனித்திருக்கும் எல்லா நேரங்களிலும் உங்கள் குரல் ஒரு தெளிந்த நீரோடையைப் போல் என்னைக் கடக்கிறது. யூடியூபில் உங்கள் அத்தனை காணொளிகளையும் அருந்திவிட்டேன். யாராவது வெளியிடும் உங்கள் அடுத்த காணொளிக்காக காத்திருக்கிறேன். உங்களால் எனக்கு அறிமுகப்படுத்தப்பட்ட அன்புராஜ், மம்முட்டி, பஷீர், கோணங்கி, ஜெயகாந்தன், பாலுமகேந்திரா போன்ற எண்ணற்ற மனிதர்களின் அனுபவங்களைத் தாங்கி நிற்கிறேன். இம்மனிதர்களையும், நீங்கள் சொன்ன கதைகளையும், நான் படித்த கதைகளையும் என் பிள்ளைகளுக்குக் கடத்துவதே என் தினசரி வேலையாகிவிட்டது. உங்களுடன் ஒப்பிடும் அளவுக்கு எனக்குக் கதை சொல்ல தெரியாது தான், ஆனாலும் என் பிள்ளைகளுக்குப் பிடிக்கும் வகையில் உங்கள் கதைகளைச் சொல்ல பழகிவிட்டேன். நீங்கள் ஒவ்வொரு மேடையிலும் சொல்வது போல், கதை சொல்லுதல் ஒரு துவக்கம் மட்டுமே. இக்கதைகள் மூலமும், நான் வாசிப்பதை காண்பதன் மூலமும் இன்று என் பிள்ளைகள் அவர்களாக புத்தகங்களை நாடிச் சென்றுவிட்டனர். இனி நான் கதை சொல்வதை நிறுத்தினாலும், அவர்கள் புத்தகங்களை விடுவதாய் இல்லை. தமிழ் மண்ணை விட்டு பல ஆயிரம் மைல்கள் கடந்து வாழும் எங்களுக்கு புத்தகங்களும், உங்களைப் போன்ற கதை சொல்லிகளுமே ஒரே வெளி.

கதை சொல்லும் பாட்டிகளற்ற உலகில் வாழும் பிள்ளைகளுக்கு உங்களைப் போன்ற ஒரு தேர்ந்த கதை சொல்லி நிச்சயம் தேவைதான். என்னைப் பொறுத்தவரை உங்கள் பேச்சைவிட உங்கள் எழுத்தில் உள்ள வீரியமும் ஆழமும் அதிகம். இந்தியாவில் இல்லாத காரணத்தினால் நிறைய தமிழ்ப் புத்தகங்களை வாங்கிப் படிக்கும் பேரு எனக்கில்லை. ஆனாலும் இந்தியா சென்றுவரும் நண்பர்களின் பிராயணப்பெட்டிகளில் என் ஓரிரு புத்தகங்களுக்கான சிறு இடத்தை ஒதுக்கிவிடுவேன். நீங்கள் இன்னும் நிறைய எழுத வேண்டும். காய்ந்த உங்கள் மண்ணின் மனிதர்களை அதன் ஈரத்தை நீங்கள் எழுதியே தீர வேண்டும். இது என் அன்பான வேண்டுகோள். அடுத்தமுறை நான் தமிழகம் வருகையில், உங்களை தூரத்தில் இருந்து காணும் வாய்ப்பையாவது பெற முடியும் என நம்புகிறேன். உங்கள் கைகளை சில நிமிடம் பற்றி கொண்டால், அது போதும் எனக்கு. அன்புடன்.

சந்தோஷ் குமார்,
கனடா

கலைஞன் சமூகத்தை கைவிடுவதில்லை..

அன்புள்ள பவாவுக்கு,
வணக்கம்.

ஆனந்த விகடனில் தாங்கள் எழுதும் சொல்வழிப்பயணம் தொடரை நான் தொடர்ந்து வாசித்துக்கொண்டிருக்கிறேன். தங்களின் பேச்சும், எழுத்தும் எனக்குப் பிடிக்கும். நீங்க சொல்லும் கதையை கேட்கும்போது, நேரில் பார்ப்பது போல இருக்கும். அதைப்போல தங்களின் எழுத்திலும் அதை உணர முடிகிறது. ஒவ்வொரு வாரமும் நீங்க குறிப்பிடும் நாவல், சிறுகதைகள், கவிதை என்னைப் போன்ற ஆரம்ப வாசிப்புக்காரர்களுக்கு, வாசிக்க உதவியாக இருக்கிறது.

போன வாரம் சொல்வழிப்பயணம் 12 தொடரில் கலைஞர்களின் வாழ்வைப்பற்றி எழுதியது என்னைக் கண்கலங்க வைத்துவிட்டது. எழுத்தாளனுக்குப் பின்னாடி எவ்வளவு வலி, வேதனைகள் இருக்கு, அதையும் தாண்டி தன்னுடைய படைப்பின் மூலம் இந்த சமூகத்திற்கு ஏதாவது செய்து விடவேண்டும் என்று நினைப்பது சரிதான். எழுத்துக்களை மட்டுமே வாசிக்கத் தெரிந்த எங்களுக்கு அவர்களின் வாழ்க்கையை வாசிக்கத் தெரியல. வாரத்தின் மொத்த நாட்களில் அவன் சந்தித்த அவமானம், நிராகரிப்பு அனைத்து காயத்திற்கும் மருந்திடுவது வாரத்தின் இறுதி நாளில் நடைபெறும் இலக்கிய நிகழ்வு தான்.

"கலைஞர்களைச் சமூகம் கைவிடலாம். கலைஞன் இந்தச் சமூகத்தைக் கைவிடுவதேயில்லை. அவன் கலை மனது

சமூகத்துக்காகவே இயங்கும்" இந்த வரியை முடிக்கும்போது என்னை அறியாமலே, நனைந்து விட்டது இந்த வரிகள். ஒரு மணி நேரம் என்னால் இயல்பாக இயங்க முடியவில்லை. மனசுக்குள்ள இந்த தொடரின் வார்த்தைகள் குத்திக்கிட்டே இருக்கு.

மகிழ்ச்சி அண்ணா தொடர்ந்து எழுதுங்க.

அமுதா,
சாத்தூர்.

அன்பு ஜெமோ,

நலந்தானே?

2019 ஆம் வருடம் நீங்களும் நானும் மட்டும் காலை உணவுக்காக காத்திருந்தபோது, பவா செல்லதுரை அவர்களைப் பற்றி பேச்சு வந்தது. அவர் வீட்டில் எப்போதும் பலர் கூடி உண்பதும் அதன் வழியாக எத்தனை பேர் வாழ்வில் நம்பிக்கை துளிர்த்திருக்கிறது என்றும் சொல்லிக்கொண்டிருந்தீர்கள். ஒருநாள், தான் மட்டும் தனியாக உணவருந்தும் நிலை ஏற்பட்ட போது பவா சினந்து, வெளியே ஓர் உணவகத்துக்கு சென்று அங்கே பலருக்கு நடுவில் அமர்ந்து உணவருந்தியதாக சொன்னபோது உதடுகள் துடித்து கண்ணீர் சிந்தினீர்கள். அறம் சிறுகதை மனிதர்களின் உலகத்தைச் சேர்ந்தவர் பவா என்றீர்கள்.

பவா, ஷைலஜா இணையர் இங்கே வீட்டுக்கு வந்து தங்கி, மூன்று நாட்கள் உடன் பயணித்த நாட்களில் அதே உணர்வை நான் அடைந்தேன். எதிலிருந்து விடுதலை அடைந்து இப்படி எடையற்ற சிறகு போல இருக்கிறார் இவர் என்று தோன்றியது. குரல் மட்டுமல்ல, உடல் மொழியே அழகு. எல்லா மனிதர்கள் மேலும் பேரன்பும் பெரும் நம்பிக்கையும் கொண்டிருக்கிறார். அந்த விடுதலையில் இருந்து வருகிறதா அந்த கம்பீரமும் அழகும்?

ஒரு பதற்றமும் ஏற்பட்டது. யார் அழைத்தாலும் செல்கிறார். எதைக் கேட்டாலும் சரி என்கிறார். பொதுவாக இங்கே

வரும் புகழ்பெற்ற மனிதர்களை, தங்களின் வியாபார முன்னெடுப்புக்கு 'சாமர்த்தியமாக' பயன்படுத்திக் கொள்ளும் சிலரின் நடவடிக்கைகளை முன்பே பலமுறை பார்த்திருக்கிறேன். அவர்கள் பவாவை சூழ்ந்தபோது, இவர் மக்கள் மேல் வைத்திருக்கும் நம்பிக்கையை அவர்கள் சிதைத்து விடுவார்களோ என்கிற அச்சம் வந்தது. ஆனால் நடந்ததோ வேறு. பவா அம்மக்கள் மேல் கொண்டிருந்த அன்பும் நம்பிக்கையும், அவர்களிடம் இருந்த உன்னதமான பண்புகளை வெளிக்கொணர்ந்ததை நேரில் கண்டேன்.

உரையாடல்கள் எல்லாம் சாதாரணமாகத்தான் சென்று கொண்டிருந்தன. ஏதோ ஒரு கணத்தில் அவர்கள் இருவரிடமும் இருக்கும் தன்னலமின்மையும், அன்பும் நம்மைத் தாக்குகின்றன. அதன்பிறகு மனம் தளும்பிக் கொண்டே இருக்கிறது. நண்பர்கள் முத்து காளிமுத்து, மொழிபெயர்ப்பாளர் ஜெகதீஷ், விசு மகாலிங்கம், சார்லட் பிரகாசம் அனைவருமே அதே உணர்வெழுச்சியில் இருந்தார்கள்.

மூன்றே நாட்கள் தான் ஆனால் பவா என்னும் அழகனின் உடனிருந்து பயணித்த அற்புதமான நாட்கள்!

அன்புடன்,

ராஜன் சோமசுந்தரம்

மூன்று இனிமைகள்

இனிய ஜெயன்..

இந்த வருட 2023 தூரன் தமிழ் விக்கி விருது விழா முழுமையும் இனிமை நிறைந்த ஒன்றாகவே அமைந்திருந்தது என்றாலும் அதற்குள்ளாக அமைந்த என் மனதுக்கு மிக அணுக்கமான இனிமைகள் மூன்று. முதல் இனிமை திடுக்கிடும் வண்ணம் என்னைப் புறம் புல்கி பின்னர் முகம் காட்டி மகிழ வைத்த பவா. அவர் அங்கே அவ்விதம் தோன்றுவார் என நான் எதிர்பார்க்கவே இல்லை.

தமிழ் இலக்கியச் சூழலில் எழுத்து கடந்து பொதுவில் சிறப்பாக கதை சொல்லும் எழுத்தாளர்கள் பலர் இருந்தாலும், அவர்களை விட இந்தக் கலையில் முன்னணியில் நிற்பவர் பவாதான். காரணம் அவர் ஆளுமையுடன் கலந்திருக்கிறது என்று நினைக்கிறேன். நாகரிகம் முழுக்கும் முன்பான ஆதி குடியாக மனிதர்கள் இருக்கையில் அவர்களை சமூகம் என திரட்டிய பல அம்சங்களில் ஒன்று இந்தக் கதை சொல்லி கதை கேட்கும் அம்சம். பிற எழுத்தாளர்கள் சொல்லும் கதைகள் போலன்றி, பவா கதை சொல்கையில் இந்த ஆதிக்குடி அம்சம் ஒன்று பவா வழியே எழுந்து வந்து அவரையும் பார்வையாளர்களையும் பிணைத்து விடுகிறது. அந்த வகையில் இன்றைய தமிழ் நிலம் கண்ட தனித்துவமான கதை சொல்லி பவா.

விழாவுக்குக் கிளம்பும் முன்னர் இலக்கியமே அறியாத என் நண்பர் சாவடியைச் சேர்ந்த முருகன், ''விழாவுக்கு பவா வருவாரா?'' என்று கேட்டு திடுக்கிட வைத்தார்.

‘‘உங்களுக்கு எப்புடி பவாவைத் தெரியும்’’ எனக் கேட்டேன். ‘‘அவர் சொல்ற கதையை தினமும் கேட்பேனே’’ என்றார். அடுத்தடுத்து பவா சொன்ன பத்துக் கதைகளை எழுத்தாளர்கள் பெயருடன் சொன்னார். அன்று ஒருநாள் சிதம்பரம் பேருந்து நிலையத்தில் நிற்கையில் கிளம்பிச் சென்று கொண்டிருந்த பேருந்தை நிறுத்தி அதிலிருந்து ஒரு பெண் இறங்கி ஓடிவந்து என்னிடம் ‘‘நீங்க கடலூர் சீனுதானே’’ என்று கேட்டு பரவசத்தில் மூச்சு வாங்கினார். அடடா எங்கெங்கு காணினும் எனது வாசகியடா என்று புளகாங்கிதம் கொண்ட என் மனதில் பவாவைத் தூக்கிப் போட்டு உடைத்தார். ‘‘உங்களை எஸ்.ரா உண்டாட்டுல’’ ‘‘பவா அறிமுகம் பண்ற வீடியோல பாத்திருக்கேன்’’ என்று துவங்கி பவா சொல்லும் கதைகள் குறித்து பரவசமாக பேசிக்கொண்டிருந்து விட்டுப் போனார். ஸ்டெல்லா அவர் பெயர். சூழல் பதற்றத்தில் தொடர்பு எண் வாங்கவோ பவா எண்ணை அவருக்கு அளிக்கவோ விடுபட்டு விட்டது.

இவை உதாரணங்கள் மட்டுமே. இப்படி பலரை சந்தித்திருக்கிறேன். ஒரு சமூகத்தில் எல்லோரும் தீவிர இலக்கியம் வாசிக்க வேண்டும் என்ற வாய்ப்பு மிக மிக குறைவு. அதே சமயம் ஒரு சமூகத்தில் கடைக்கோடி மனிதனும் தீவிர இலக்கிய ஆளுமை ஒருவரை அறிந்திருக்கிறான் என்பது, அந்த ஒட்டுமொத்த சமூகத்தின் கூறுணர்வு மேன்மை சார்ந்த ஒன்றாக அது அமைகிறது. கேரளாவில் கர்நாடகாவில் இந்த கூறுணர்வு உண்டு. தமிழில் அந்த நிலையை கொண்டு வந்த ஆற்றல்களில் முக்கியமான, தவிற்க இயலாத ஆளுமை பவா. அவரது வரலாற்று இடம் அது.

சமீபத்தில் திருவண்ணாமலைப் பகுதி கிராமங்களில் அலைந்து கொண்டிருந்தேன். வைரமுத்து பாஷையில் சொன்னால் கல்லைப் பிழிந்தே கஞ்சி காய்ச்ச முடியும். வெயிலை உருக்கியே தண்ணீர் வடிக்க முடியும். அந்த நிலத்தில் வேரோடிய பவா, அவர் சமீபத்தில் நயாகரா முன்பு நின்றிருக்கும் படம் கண்டேன். அந்த அனுபவம் எப்படி இருந்திருக்கும்? என அவர் அருகே நிற்கையில் கற்பனை செய்து பார்த்தேன். கற்பனையே பரவசமாக இருந்தது. பவா இன்னும் இன்னும் என பல மகிழ்ச்சிகளை அடையவேண்டும்.

இரண்டாவது இனிமை என் பிரியத்துக்குரிய ஆசிரியர் தியோடர் பாஸ்கரன் அவர்களை முதன் முறையாக அறிமுகம் செய்து கொண்டது. ரெய்ச்சல் கார்சன் எழுதிய 'மௌன வசந்தம்' நூல்தான் உலகு தழுவி வாசிப்பை அடைந்த முதல் சூழலியல் நூல் என்று சொல்வார்கள். முதன் முதலாக எதை விலையாக கொடுத்து முன்னேற்றம் என்பதை நோக்கி நகர்கிறோம் எனும் போதம் உலகு தழுவிப் பரவியது. முன்னேற்றம் எனும் ராக்கெட் ஏறி மின்னல் வேகத்தில் பறந்து கொண்டிருக்கும் அமெரிக்கா, ரஷ்யா, சீனா, ஐரோப்பா, (பெட்ரோல் வளம் கொண்ட) அரபு நாடுகள் எவ்விதம் அந்த முன்னேற்றத்தில் ஈடுபடுகின்றன? உதாரணத்துக்கு அமெரிக்காவை எடுத்துக் கொண்டால் அதன் எரிபொருள் தேவை முழுமையும் அமெரிக்க நிலத்துக்கு சம்பந்தம் இல்லாத வேறொரு நிலத்தில் இருந்து செல்கிறது. அந்த வணிகத்தில் பாதிக்கு முதலாளியும் அமெரிக்க கம்பெனிகள்தான். இப்படி எல்லா முன்னேற்ற நாடும் பிற முன்னேறாத நாட்டின் வளத்தைச் சுரண்டியே முன்னேறிக்கொண்டிருக்கின்றன. இதன் ஒரு பகுதியாகவே இதற்கு விலையாக சக உயிர்களும் பலியாகிக்கொண்டு இருக்கின்றன.

இந்தியா தனது முன்னேற்றத்துக்கு முன் மாதிரியாக அமெரிக்காவைப் போல முன்னேறிய நாடுகளை இலக்காக்கினால், அந்த அமெரிக்க ரயில் இன்ஜினில் பின்னால் ஒரு பெட்டியாக இந்தியா இணைய வேண்டும். தனது வளத்தைப் பிற நாடுகளுக்கு விற்க வேண்டும், வளம் குன்றா தாய்மை பொருளாதாரத்தைத் தூக்கிப் போட்டுவிட்டு, தனது வளத்தை தானே ஒட்ட ஒட்ட சுரண்ட வேண்டும். சாலைகள் வழியே நகரங்கள் பெருக வேண்டும், விண்ணில் சாட்டிலைட்டுகள் வழியே உலக நாடுகள் உடன் போட்டி இட்டு இந்திய ஆதிக்கமும் நிகழ வேண்டும். விளைவு, அதைத்தான் கரோனா முடக்கத்தில் பார்த்தோம். நகரம் என்பது எவரின் குருதியால் ஆனதோ அந்த லட்சோபலட்சம் தினக்கூலித் தொழிலாளர்கள் வாழ வழி இன்றி நகரத்தை நீங்கினார்கள். இந்த தொழிலார்கள் எங்கிருந்து வந்தவர்கள்? அவர்களுக்கு பூர்வீகமாக வேறு ஒரு வாழ்வும் தொழிலும் இருந்திருக்குமே அதெல்லாம் என்னானது? விடை. அதை அழித்தே நகரப்

பண்பாடு உருவாகிறது என்பதே. அமெரிக்காவில் ஒரு வீட்டு நாய் வளர ஆகும் செலவில், இங்கே இந்தியாவில் நான்கு கூலித் தொழிலாளிக் குழந்தைகளை பரிபாலிக்க முடியும். இதெல்லாம் ஏன்? எப்படி இவை நிகழ்ந்தன? இவற்றையெல்லாம் இன்று இவ்விதம் நின்று யோசிக்க எனக்குக் கற்றுத் தந்த ஆசிரியர்களில் ஒருவர் பாஸ்கரன்.

சுதந்திர இந்தியாவில் நிகழ்ந்த சூழல் பாதுகாப்பு முயற்சிகளில் தமிழ் நிலத்தின் தியோடர் பாஸ்கரன் அவர்கள் அறிவு சார் பங்களிப்பு முக்கியமானது. காம, க்ரோத, மோகம் என அகம் சார்ந்துமட்டும் உழன்று கொண்டிருந்த தீவிர இலக்கியம், மார்க்சியம், தலித்தியம் பெண்ணியம் என புற வயமாக அரசியல் சார்ந்து பேசிய தீவிர இலக்கியம், என இங்கே இருந்த பிரதானப் போக்கை உடைத்து, இலக்கியம் கொள்ள வேண்டிய முழுமை பார்வைக்குத் தேவையான சூழலியல் எனும் களத்தை அதற்கான சொல்லாடல், மொழி இவற்றுடன் உருவாக்கிய முன்னோடி பாஸ்கரன். தனிப்பட்ட முறையில் எனக்கு பாஸ்கரன் அவர்கள் பாலர்கள் வசம் சூழலியல் போதத்தை கொண்டு செல்ல எடுத்த முயற்சிகள் மீது (அவை தோல்வி எனினும்) மிகுந்த மரியாதை உண்டு.. மா.கிருஷ்ணன் எழுதிய 'மழைக்காலமும் குயிலோசையும்' நூலை உயர் அட்டைத்தாளில், வண்ணத்தில், 10 நூல்களாக பாலர் பதிப்பாக பாஸ்கரன் கொண்டு வந்தார். எவருக்கும் தேவைப்படாததால் முதல் பதிப்புடன் அதன் பயணம் நிகழாமலேயே முடிந்து போனது. இப்படிப் பலவற்றை சொல்ல முடியும். மொத்தத்தில் தமிழ்ச் சூழலியல் எழுத்துக்களில் பாஸ்கரன் அவர்களை நீக்கி விட்டுப் பார்த்தால், மலை ஒன்று இல்லாமல் போனதைப் போல இருக்கும்.

மண்டபத்துக்குள் பாஸ்கரன் வந்து விட்டார் என்பதை அறிந்து அவரைப் பார்க்கச் செல்லும் வழியில் அஜிதன் எதிர்ப்பட்டார். அவரையும் அழைத்துக்கொண்டு இருவருமாக சென்று சாரைப் பார்த்தோம். அஜிதன் தன்னை அறிமுகம் செய்து கொண்டபோது அவர் கண்களில் மெல்லிய வியப்பு எழுந்தது. பின்னர் என்னை அவரது வாசகன் என்று அறிமுகம் செய்து கொண்டு, முதல் வேலையாக அவரது 'இந்திய நாயினங்கள்' நூலில் அவரது கையெழுத்தைப்

பெற்றுக் கொண்டேன். நேரடியாகவே அந்த நூலில் இருந்து பேச்சைத் துவங்கினேன், அது உல்லாஸ் காரத், ராமன் சுகுமாரன், சந்தோஷ் பிள்ளை போன்ற ஆளுமைகள், அரிய பூ இனங்கள் தேடி அவரது பயணம், சினிமா ஆய்வுகள், வரலாறு சார்ந்த பயணம் என சுற்றிச் சுழன்றது. பேச்சின் ஊடாகவே நான் வழிபடும் டேவிட் அட்டன்பரோ, தமிழ் நிலத்தின் ஆய்வாளர்கள் இருவர் என இவர்களின் எல்லை எது என்று சுட்டிக் காட்டினார். எனக்கு கிடைத்த ஆசிரியர்கள் எல்லோருமே ஒரே ரகம்தான். மிகச்சிறிய நேரத்துக்குள் ஆஸ்திரேலிய மலைகள் துவங்கி, இரட்டை படத்தில் இரண்டு நிமிடங்கள் மட்டுமே தலைகாட்டும் அபூர்வ நாய் இனம் வரை எத்தனையோ விஷயங்களை எனக்குள் போட்டு விட்டு கிளம்பிவிட்டார். என் பிரியத்துக்கு உரிய அக்கா லோகமாதேவியின் ‘ஸாகே’ நூல் அவரால் வெளியீடு கண்டது மிகமிகப் பொருத்தமானது.

மூன்றாவது இனிமை, நீண்ட வருடம் கழித்து விழாவில் அனுபவித்த நாதஸ்வர, தவில் கச்சேரி. பால்யத்தில் ஐந்து ஆறு வயதில் நான் கண்ட நெல்லை கோவில்பட்டி பக்க திருமணங்களில், இரவுகளில், ஊர் பெரியவர்கள் குடும்ப பெரியவர்கள் கூடி கச்சேரி கேட்பார்கள். இரவு 10 மணிக்குத் துவங்கி 12 கடந்தும் நீளும். அப்பா மடியில் கிடந்து உறங்கியபடி கனவில் என பல நாதஸ்வர தவில் கச்சேரிகளை கேட்டிருக்கிறேன். எல்லாம் சினிமா பாட்டுதான். ஆனால் அந்தக் கால சினிமா பாட்டு என்பதால் மிக மிக நன்றாக இருக்கும். அப்பா எப்போதும் துண்டு சீட்டில் எழுதி அனுப்பி கேட்கும் பாட்டு, ‘‘அம்மா மனம் கனிந்துனது கடை கண் பார்’’ எனும் பாடல்.

தூரன் விழாவில் தூரன் கீர்த்தனைகளைக் கொண்டே கச்சேரி எனும் அறிவிப்பே எனக்குப் பரவசம் அளித்தது. சுட்டி வழியே அளித்த கீர்த்தனைகளை மீண்டும் கேட்டேன். எனக்கு மிக மிகப் பிடித்த கீர்த்தனை பாம்பே ஜெயஸ்ரீ பாடிய ‘‘நான் என்ன செய்வேனைய்யா நீ என்னை தள்ளினால்’’ எனும் கீர்த்தனை. துஜாவந்தி ராகம் என்று சிவாத்மா சொன்னார். சினிமா பாடல்கள் வழியே ராகங்களை அடைவதை விட கீர்த்தனைகள் வழியாக ராகங்களை அடைவதே ராகங்களைப்

பயில சிறந்த வழி என்று சொன்னார். காரணம் இரண்டு சினிமா பாடல்கள் பெரும்பாலும் உங்கள் கவனத்தை திசை திருப்பி இசையை உதறிய கற்பனை உலகுக்குள் அனுப்பி விடும். இரண்டு சினிமா பாடல்கள் ஒரு மாதிரி கூட்டு ராகங்களைக் கொண்டு உருவாவது. கீர்த்தனைகள் அவ்வாறு அல்ல. அதன் ராகம், தாளம் எதுவோ அது எங்கும் மாறாது. அது உங்களை இசை தாண்டிய கற்பனை உலகுக்குள் தள்ளாமல் அந்த இசைக்குள்ளேயே வைத்திருக்கும் என்றார். சரி என்றே தோன்றியது. விழா வரும் வழி நெடுக காரில் துஜாவந்தி ராகத்தில் மதுரை T.N.S. மகாராஜபுரம் சந்தானம் போன்ற கலைஞர்கள் பாடியவற்றைக் கேட்டபடியே வந்தோம்.

என்ன சொல்ல அந்த ராகத்தில் நாதஸ்வரம், தவில் வழியே அந்தக் கீர்த்தனையை கேட்டது ராஜராஜ சோழன் எழுப்பிய பெரிய கோயிலை முதன்முறையாக பார்க்க நேர்ந்ததைப் போல ஒரு பிரம்மாண்ட அனுபவமாக இருந்தது.

இலக்கியம் என்று வந்த பிறகு நான் அடைந்த மிகப்பெரிய ஆசி என்பது, எனக்கு எது சந்துஷ்டி அளிக்குமோ அந்த குவாலிட்டி டைம்களால் மட்டுமே ஆன பலப்பல பொழுதுகளை நான் அடைந்தது. அத்தகு குவாலிட்டி டைம் களில் என்றென்றும் என் நினைவில் இனிக்கப்போவது இந்த இனிய மூன்றாக இருக்கும்.

கடலூர் சீனு

புத்தகக் காதல்

அன்புள்ள பவாவுக்கு,

தனிமையும், சில கதைகளும் பவாவின் சொல்வழிப் பயணம் ஏறத்தாழ மூன்று ஆண்டுகள் ஓடிவிட்டன, 1000 நாட்களைக் கடந்துவிட்டேன். ஆனால்,இன்னும் என்னால் அந்த மதியப்பொழுதை மட்டும் கடக்கவில்லை, நேரம் ஓர் உறைந்த நெருஞ்சியாய் அவ்வப்போது என் நெஞ்சில் குத்திக் கொண்டுதான் இருக்கிறது. இன்னும் அந்த நாள் நினைவுகளில் அப்படியே படிந்திருக்கிறது.

அதுவொரு கொரோனா காலம்

நாள் : மார்ச் 28, 2020, நிலம் : டெல்லி.

சொந்த நாட்டிலேயே அகதிகளாய், கூட்டம் கூட்டமாய் அந்த அகல எட்டு வழிச்சாலையில் (அக்ஷர்தாம் காசியாபாத்) நடந்து செல்லும் மக்கள். ஒரு பக்கம், மக்கள் தட்டுகள் அடித்து ஒலி மூலம் கொரோனாவை வெல்ல எத்தனிக்க, இன்னொரு பக்கம் அனைத்து நம்பிக்கைகளும் பொய்த்து வெறும் பாதங்களில், மிதிவண்டிகளில் 1500 கிமீ சாலையைக் கடந்து செல்லும் மக்கள். 30, 40 மாடி குடியிருப்புகளின் மொட்டை மாடியில் நின்று விண்ணை நோக்கி டார்ச் லைட் ஒளியை பீய்ச்சும் மக்கள் ஒருபுறம், மற்றொருபுறம் ரயிலில் அடிப்பட்டுச் செத்த மக்கள்.

இந்தியப் பிரிவினையின் போது இப்படி மக்கள் சென்றதாக குஷ்வந்த் சிங் எழுத்துகளில் படித்து இருக்கிறேன். ஆனால்,

கண்களுக்கு முன்னால் இப்படி நடப்பது வாழ்வின் மீதான அவநம்பிக்கையை விதைத்தது.

0:00 / 3:50

அப்போது டெல்லி மயூர் விஹாரில் குடியிருந்தேன். 398G தான் முகவரி, நினைவுக் கூட்டில் சந்தன வாசத்தைப் பரப்பும் எத்தனையோ நினைவுகள் அந்த வீட்டில் எங்களுக்கு இருந்தது. நான், விவேக், ஆந்திரா அனந்தபுரத்தைச் சேர்ந்த விஹாரி, தெலங்கானா ஹைதராபாத்தைச் சேர்ந்த ஷரத் என மகிழ்ந்திருந்த காலம் அது. ஆனால் அனைத்து நல்ல நினைவுகளையும் காலம் கருணையற்ற ஒரு முதலையாய் விழுங்கி மென்று துப்பியது.

ஹோண்டியுரஸ் கேரவனும், இந்திய நாட்களும்

நாள் : நவம்பர் 26, 2018; நிலம் : ஹோண்டியுரஸ்

மத்திய அமெரிக்காவில், ஹோண்டியுரஸ் என்ற ஒரு நாடு இருக்கிறது. சர்வதேச அளவில் கிரிமினல் குற்றங்கள் அதிக அளவு நடக்கும் ஒரு நாடு அது. வறுமையே மூலம். அந்த நாட்டு மக்கள் அமெரிக்காவுக்கு அத்துமீறி நுழைய முடிவு செய்தனர். இங்கு சாவதற்கு குறைந்தபட்சம் அமெரிக்காவில் அகதிகளாய் பிழைத்திருக்கலாம் என்று முடிவு செய்து நடந்து செல்கின்றனர். மக்கள் என்றால் ஏதோ 10, 100பேர் அல்ல, ஆயிரம் என்ற எண்ணிக்கையில் நடக்க தொடங்கும் மக்கள் கூட்டம், ஒரு கட்டத்தில் ஏழாயிரம் என்ற எண்ணிக்கையை அடைந்தது. ஊடகங்கள் இதனை மக்களின் ஆறு என்று வர்ணித்தன. அப்போது ட்ரம்ப்பின் காலம், அகதிகளால்தான், வந்தேறிகளால்தான் அமெரிக்காவின் பொலிவே சிதைந்துவிட்டது என்று கூறி ஆட்சிக்கு வந்த ட்ரம்ப், அமெரிக்க எல்லையில் வேலி அமைப்பேன் என்று கூறிய ட்ரம்ப் இவர்களை எப்படி அமெரிக்காவுக்குள் அனுமதிப்பார்.

இந்த ஊர்வலத்திற்காக ஜனநாயகக் கட்சியை சாடிய அவர், ஒரு படி மேலே சென்று இந்த ஊர்வலத்தில், குற்றவாளிகளும், மத்திய கிழக்கு மக்களும் கலந்துவிட்டார்கள் என அப்போது குற்றஞ்சாட்டினார்.

இது ஏதோ அமெரிக்காவில் நடக்கிறது என அப்போது ஒரு செய்தியாய் இதனைக் கடந்து சென்றேன். ஆனால் அடுத்த ஈராண்டிற்குள் அது, என் வீட்டு வாசலில் நடந்து. ஹோண்டியுரஸ் அகதிகளை முதலில் மெக்சிகோ தடுத்து நிறுத்தியது. இந்திய மக்களை இந்நாட்டின் சொந்த மாநிலங்களே தடுத்து நிறுத்தின உத்திரப்பிரதேச எல்லையில் அவர்களைத் தடுத்து நிறுத்தி அவர்கள் மீது மருந்து தெளித்தனர். பசியோடு தங்கள் நிலத்திற்குத் திரும்பியவர்களை அவமானம் ஆட்கொண்டது.

அன்று ஹோண்டியுரஸ், அடுத்து காசியாபாத்... ஏன் இது நாளை நமக்கும் நடக்காது? என்று யோசனைகள் மெல்ல தின்னத் தொடங்கியது. முதல் முதலாக 398G-க்குள் அவநம்பிக்கை பரவியது.

அந்தக் கொரோனா காலகட்டத்தில் அறையில் நானும், விவேக்கும் மட்டும்தான் இருந்தோம். கைபேசி ஒலித்தாலே ஒருவிதமான அச்சம் பரவும். அதே பகுதியில் ஜெரினின் அறை இருந்தது. ஜெரினின் நண்பரின் தந்தை ஊட்டியில் இறந்துவிட்டார்.

விமானம் தடை, சில சிறப்பு ரயில்கள் மட்டுமே இயங்கின. இப்போது டெல்லியிலிருந்து ஊட்டி செல்ல வேண்டும். ஊடகத்தில் இருந்த உச்சபட்ச தொடர்புகளை வைத்து அவரை ஊருக்கு அனுப்பி வைத்தோம்.

ஓரிரு நாட்களில் இந்த ஊரடங்கு முடிவுக்கு வரும் என்ற நம்பிக்கையும் பொய்த்தது. ஒருவிதமான பீதி படரத் தொடங்கியது. பதற்றம் பற்றியது. தூக்கம் இல்லாமல் தவித்த நாட்கள் அவை. நேரடியாகச் சொல்ல வேண்டுமென்றால் தற்கொலை எண்ணங்களும் அவ்வப்போது வந்த நாட்கள் அவை. புனைவுகள் மீது அவ்வளவு ஆர்வம் அப்போது இல்லை. பவாவைத் தெரியும். பத்தாயத்தில் அவரைச் சந்தித்தும் இருக்கிறேன்.

அவரது பெருங்கதையாடல்களில் நண்பர்கள் கலந்து கொண்டிருக்கிறார்கள், அதில் பங்கேற்க பொள்ளாச்சியிலிருந்து திருவண்ணாமலை சென்ற நண்பர்கள் எனக்கு இருக்கிறார்கள்.

அவர்கள் அந்த சமயத்தில் பவாவின் பெருங்கதையாடல் யூடியூப் இணைப்புகளை எனக்கு அனுப்பினார்கள்.

முழு இரவு எல்லாம் விழித்து அவரது கதையைக் கேட்டிருக்கிறேன். கதைகளைத் தாண்டி அவரது குரலில் இருக்கும் வசீகரம் அப்போது அறையில் இருந்த எங்களை ஆற்றுப்படுத்தியது. நம்பிக்கை கொடுத்தது. உற்சாகம் தந்தது. நெகிழ்வான இரவுகள் அவை.

பின், நான் சென்னைக்குத் திரும்பினேன். விகடனில் வேலை. ஆனந்த விகடன் ஆசிரியர் முருகன் சார் பவா தொடர் குறித்துப் பேசிக்கொண்டிருந்தது தற்செயலாக என் காதில் விழுந்தது.

அப்போதே அவரிடம் சொல்லி இருந்தேன். பத்தாயம் சென்றால் அழைக்கவும் என்று. ஒருநாள் அழைத்தார்; பத்தாயம் செல்வது என்று முடிவானது.

சொல் வழிப் பயணம்

நாள் : ஜூலை 10, 2021; நிலம் : திருவண்ணாமலை

ஒருநாள் நான், விகடன் ஆசிரியர் தி. முருகன் சார், விகடன் வீடியோ ஹசன் மற்றும் புகைப்பட கலைஞர் சுரேஷ் நால்வரும் கிளம்பி பவாவின் பத்தாயம் சென்றோம். நிலா ஒளியில் கதைகளால் நிரம்பி வழிந்த பேரிரவு அது. அன்று இரண்டு கதைகளை ஷூட் செய்தோம். பின் சென்னை திரும்பினோம். நாட்கள் கடந்தன. பின் ஒரு நாள் 'நியாஸ், பவாவின் தொடர் அடுத்த இதழில் இருந்து வெளி வரப்போகிறது. தமிழ்தான் ஒருங்கிணைக்கிறார்' என்றார் முருகன் சார்.

"அதன் பின் தமிழ் ஒவ்வொரு வாரமும் பவாவுடன் உரையாடி இதற்கொரு சுவாரஸ்யமான வடிவம் கொடுத்து பவாவுடன் இணைந்து எழுதினார். எழுத்தாளர்களின் கதைகளை களவாடும் இந்தக் காலக்கட்டத்தில் பவா இந்தப் புத்தகத்தின் என்னுரையில் எந்த அகந்தையும் இன்றி "இப்புத்தகத்தின் ஆசிரியர்கள் நாங்கள் இருவரும்தான்" என குறிப்பிட்டுள்ளார். தன் கலையின் மீது நம்பிக்கையும், பெருங்காதலும் கொண்ட ஒருவரால்தான் பிறருக்கு

இவ்வாறான நேர்மையான அங்கீகாரத்தை அளிக்க முடியும். ஆம். பவா அப்படித்தான்.

பிடித்தமான ஒரு கதைசொல்லியின் கதையை, மனதுக்கு நெருக்கமான நண்பன் தொகுத்துள்ளான். ஆம், ஆனந்த விகடனில் வெளிவந்த தொடர் இப்போது விகடன் பிரசுரத்தில் 'சொல் வழிப் பயணம்' எனும் புத்தகமாக வெளி வந்திருக்கிறது.

நெஞ்சுக்கு நெருக்கமான வாசக நண்பர்களுக்கு வணக்கங்கள்.

இன்றைய தினம் 'மேய்ப்பர்கள்' புத்தகத்தைப் பற்றி பேச நினைத்திருந்த பல விடயங்களை தங்களிடம் பகிர்ந்துகொள்ள முடியாமல் போய்விட்டது..... காலநேரமெனும் காரணத்தால்....

அந்தப் புத்தகத்தைப் பற்றி அங்குலம் அங்குலமாக தங்களிடம் பேச நினைத்தேன்.... ஆனால்... நெடுநாட்களாக தனது காதலியைப் பிரிந்திருந்த தலைவன் அவளை நேரில் எதிர்கொள்கிற போது எப்படி பேச முடியாத மனநிலையில் இருப்பானோ அப்படி ஒரு மனநிலையில்தான் நானும் இருந்தேன்...

இப்புத்தகத்தில் குறிப்பிட்டிருந்த ஒவ்வோர் ஆளுமையும் ஒருவருக்கொருவர் சளைத்தவர்கள் அல்ல... எல்லோரும் அவரவர் துறைகளில் சிறப்பாக, ஆத்மார்த்தமாக முழுவீச்சில் பணிபுரிபவர்கள்...

பல பேரை வாசிக்கின்ற பொழுது, #பவாவின் வாழ்வில் நடந்ததை போலவே நம்முடைய வாழ்விலும் நடந்திருக்கிறதே என ஒப்பிட்டுப்பார்த்து வியக்க தோன்றியது...

ஒவ்வோர் ஆளுமையோடு பயணப்படும்போதும் நிகழ்ந்த பல அனுபவங்களை பவா செல்லதுரை நெகிழ்வோடு நமக்குக் கடத்துகிறார்...

அதில் பல இடங்களில் மேலும் வாசிக்க முடியாமல் புத்தகத்தை மூடி வைத்துவிட்டு அழுத, கோபப்பட்ட, வாய்விட்டுச் சிரித்த, வியந்த நிகழ்வுகள் உண்டு...

குறிப்பாக, 18 உருபாய்க்காக பந்தாடப்பட்ட காளிதாஸ் என்ற கலைஞனை கட்டிப்பிடித்து ஆறுதல் சொல்ல உந்தியது இப்புத்தகம் தான்....

பல்லவன் என்ற ஓவியர் பல நேரங்களில் குழந்தையாக மாறி சேட்டைகள் பல செய்கின்ற பொழுது நாமும் உடன் இருந்திருக்கலாமே என்று எண்ண வைத்தது இப்புத்தகம்தான்...

மேலாண்மை பொன்னுசாமி என்கிற ஒரு பாமரன் தன்னுடைய எழுத்தின் வாயிலாக பார் போற்றும் பள்ளி கல்லூரிகளின் பேராசிரியர்களை தன்னைத் தேடி வரச் செய்ததை நமக்கு அறிவித்தது இப்புத்தகம் தான்...

'பத்தினி ஓலம்' என்ற கதையின் வாயிலாக அனைவரின் நெஞ்சிலும் குடியேறிய கந்தர்வன்... கனலாக நம் கண் முன்னே வந்து போவது இப்புத்தகத்தில் தான்...

'சென்னைக் கலைக்குழு' என்ற நாடகக் குழுவை உருவாக்கிய பிரளயன் நம் மனதில் ஒரு பிரளயத்தை உண்டு பண்ணிச் செல்வதும் இப்புத்தகத்தில்தான்...

பெண்களின் குலவைச் சத்தம் ஆண்களின் விலா எலும்புகளை ஊடறுக்கும். அந்த உக்கிரத்தில் தான் ஆண், பெண் பாலின வேறுபாடு அழிந்து பல்லுயிர் என்பது மட்டும் நிலைக்கும் என்று உயர் குரல் எழுப்பிய நாடக கலைஞர் முருக பூபதியை நமக்கு அறிமுகப்படுத்தியது இப்புத்தகம்தான்...

''கலெக்டர் வராரு காரில் ஏறி தாரு ரோட்டில'' என்பது போன்ற எளிய பாடல்களின் வழியாக எளிமையானவர்களின் வலிகளை இந்த உலகிற்கு எடுத்துக்காட்டிய கரிசல்குயில் கிருஷ்ணசாமி என்ற மாபெரும் கலைஞனை நமக்கு அடையாளப்படுத்தியது இந்தப் புத்தகம்தான்...

கலையிரவுகளின் வேலைப் பழுக்களை மறந்து போய் வையம்பட்டி முத்துசாமி அவர்களின் குரல்களால் தங்களது இரவுகளை நிரப்பிக் கொண்ட பெரும்பான்மையான சக கலைஞர்களில் நம்மையும் ஒருவராய் கலந்து விடச் சொல்வது இப்புத்தகம்தான்...

ஒரு ரயில்வே ஊழியராக இருந்து கொண்டு தன்னுடைய கடந்த காலத் தனிமைகளை எல்லாம் வாசிப்பின் வழியாகவே கடந்து வந்திருக்கின்ற ஓர் உன்னதமான வாசகனை ஒரு எழுத்தாளனை நமக்கு அறிமுகம் செய்தது இந்தப் புத்தகம் தான்...

இந்த சமூகத்தில் ஆதிக்க சாதி மனோபாவத்தில் இருக்கின்றவர்களின் தொப்புள் கொடி உறவாய் முளைத்து ஒடுக்கப்பட்டவர்களின் பக்கத்தில் நின்று அவர்களது தரப்பு நியாயங்களை முன்வைக்கின்ற ஒரு சமூகத்தின் தாதியாக, வேலராமமூர்த்தியை ஓர் எழுத்தாளனாக எனக்கு அறிமுகப்படுத்தியது இந்தப் புத்தகம்தான்...

புரட்சியாளர் சேவின் புகைப்படங்களைத் தூக்கிக்கொண்டு தமிழ் நிலப்பரப்பெங்கும் அலைந்து திரிந்து ...அவற்றை காட்சிப்படுத்துவதின் வாயிலாக புரட்சியை விதைத்த தோழர் முத்துகிருஷ்ணன் அவர்களை நமக்கு அறிமுகப்படுத்துவது இந்தப் புத்தகம்தான்...

பல அதிகாரிகளின் இரவுத் தூக்கத்தை ஒரு பிசாசின் பிராண்டல்களோடு சிதைத்துப் போட்ட மிகச்சிறந்த பேச்சாளர் பாரதி கிருஷ்ணகுமாரை நமக்கு அறிமுகப்படுத்தியது இந்த புத்தகம்தான்...

மருத்துவத்தை மக்களை நோக்கி திருப்பிய மாபெரும் சமூக மருத்துவர் டாக்டர் ஜீவானந்தத்தை அணு அணுவாக நம்மை ரசிக்க வைத்தது, அவர் மேல் இருக்கின்ற மதிப்பை அதிகரிக்க வைப்பது... இந்தப் புத்தகம்தான்...

ஓரிருமுறை சில கூட்டங்களில் சந்தித்து இருந்ததால், "தெரிந்த சீனிவாசனின், தெரியாத பக்கங்களை" எனக்கு கோடிட்டுக் காட்டியது இந்தப் புத்தகம்தான்...

அந்தச் சொல் வன்மையும்... அதீத எழுத்து ஆற்றலும் கொண்ட சு.வெங்கடேசன் அவர்களின் வாழ்வில் நடந்த பல்வேறு நிகழ்வுகளை நம் கண்முன்னே காட்டியது இப்புத்தகம்தான்...

"வாழ்ந்தா இவர மாதிரி வாழனும்" என வாழ்ந்து காட்டிய பழங்குடியினருக்காக பள்ளி கட்டிக் கொண்டிருக்கின்ற

விபி குணசேகரனை நமக்கு அறிமுகப்படுத்தியது இந்தப் புத்தகம்தான் . விபிஜி-யைப் போல காடுகளை அங்குலம் அங்குலமாக அளந்து வீரப்பனோடு சுற்றித்திரிய மனதை ஏங்க வைத்தது இப்புத்தகம்தான்...

அடிப்படையில் ஓவியன் ஆனாலும் அற்புதமாய் கவிதை வடிக்கும் நம்ம ஊர் கிருஷியை நமக்கே அறிமுகப்படுத்தியது இந்தப் புத்தகம்தான்...

அன்புராஜின் அந்த பறவைகள் சத்தம் என் காதுகளுக்கு எட்டவில்லையே என்கிற ஏக்கத்தால் என்னைத் தூங்கவிடாமல் அழைக்கழிக்க வைத்தது இப்புத்தகம்தான்...

இறுதியாக...

கருணா என்கிற கட்டற்ற அன்பு கொண்டவனை... இல்லாமல் போனாலும்... கண்முன்னே இருப்பவனை போல காட்டிக் கொடுத்தது இந்தப் புத்தகம் தான்...

இன்னும் நிறைய நிறைய ... பேச வேண்டும் இப்புத்தகத்தைப் பற்றி.... அவ்வளவு உள்ளது பேச...

பொழுது கிடைக்கின்ற பொழுதெல்லாம் பேசுவோம்... நல்ல நூல்களைப் பற்றி... நல்லோர்தம் வாழ்வினை பற்றி... காலமெல்லாம் காதலுடன்....

பா.வேல் உபேந்திரன்,
திருநெல்வேலி

அன்புள்ள பவாவுக்கு,

எழுத்தாளர் கந்தர்வன் எழுதிய ‘சாசனம்’ சிறுகதையைப் பற்றி பவா செல்லதுரை ஆற்றிய உரையைக் கேட்டேன். மிக நல்ல கதையாக இருந்தது. அந்த ஆர்வத்தில் மறுநாள் சனிக்கிழமை மொபைலில் அந்த சிறுகதையை வாசித்தேன். எழுத்தாளர். எஸ்.ரா அவர்கள் தொகுத்த நூறு சிறந்த சிறுகதைகள் கொண்ட தொகுப்பில் 25வது கதையாக இடம் பெற்றிருக்கும். கதையை வாசித்ததும் உலுக்கி விட்டது. ஆச்சர்யம், வியப்பு எல்லாம் தோன்றியது. அப்பாவைப் பற்றி மகன் சொல்லும் கதையில் இப்படியான கதையை வாசித்ததே இல்லை. ஒரு முழு வாழ்க்கையை இப்படி யாராலும் சின்ன சிறுகதை வடிவத்தில் எழுத முடியுமா என்ற வியப்பிலேயே இருந்தேன். கந்தர்வன் போன்ற மிகச்சிறந்த சிறுகதை எழுத்தாளரை இத்தனை நாள் படிக்காமல் போன பரிதவிப்பு உண்டானது. கொறட்டுப் புளியில் மீன் குழம்பு வைத்து சாப்பிடுமாறு அப்பா, அவர் மாமாவிடம் சொல்லும் குறிப்பை மிக ரசித்து வாசித்தேன். அதே சமயம் கதையில் குறவன் வீட்டுக்கும் அப்பாவிற்கும் என்ன உறவு? அங்குள்ள சாதிய வேறுபாடு எல்லாம் தாண்டி அவர்களுக்குள் இருக்கும் பாசம் எல்லாம் வியப்பாக ஆச்சர்யமாக இருந்தது. கதையில் கந்தர்வன் சிறப்பாக எழுதிஇருந்தார். சாலையில் சாதாரணமாக கடந்து போகும் புளிய மரங்களைப் பார்த்து இருக்கிறேன். பள்ளி நாட்களில் மரத்திலேறி புளியம்பழம் உலுக்கிச் சாப்பிடுவது ஒதப் பழத்தை தீயில் சுட்டுத் தின்பது

என்று அந்த நாட்கள் நினைவுக்கு வந்தது. சென்னையில் வேலைக்கு வந்து அறை எடுத்துக் கொண்டு தங்கியிருந்த இந்த நாட்களின் ஒரு சனிக்கிழமைக் காலை இந்தச் சிறுகதையை வாசிப்பது மறக்க முடியாத அனுபவம். இந்தக் கதையில் வரும் புளியம்பழம் உலுக்கும் போது நிச்சயம் ஏதேனும் சிறுவன் நண்பர்களோடு ரகசியமாக புளியம்பழம் பொறுக்கி தின்ன வந்திருப்பான். அது நானாக இருப்பதாகவும் ஒரு கற்பனை செய்து பார்த்தேன். விவரிக்க முடியாத அனுபவம். வெறும் புளியமரம் இல்லை. அந்த நினைவுகளின் வழியாக அப்பாவிற்கும் அந்த குறவீட்டு பெண்ணுக்கும் இடையேயான பாசத்தை அன்பை இவ்வளவு சிறப்பாக சிறுகதைக்குள் எழுத முடியுமா என்ற வியப்பிலேயே இருந்தேன். இந்தக் கதையை படித்து விட்டு பாராட்டாமல் இருக்க முடியவில்லை. நல்ல சிறுகதை படித்த அனுபவத்தை வழங்கிய கந்தர்வன் அவர்களுக்கு அன்பும் நன்றியும். எஸ்.ரா. இந்தக் கதையை தேர்ந்தெடுத்து வெளியிட்டு நான் வாசிக்கக் காரணமாக இருந்தமைக்கு என்றென்றும் அன்பும் நன்றியும்.

சி. கோபி

அன்புள்ள பவாவுக்கு,

சி. மோகன் 70 விழா கடந்த ஞாயிறன்று வெகு விமரிசையாக நடைபெற்றது. நான்கு மணி நேரத்துக்கு மேல் நீடித்த இந்த விழாவில் அரங்கு கடைசி வரை நிறைந்திருந்தது. பார்வையாளர்களின் கவனக் குவிப்பும் கடைசி வரை நிலைத்திருந்தது. கருத்தரங்கம், வாழ்த்துரை, சிறப்புரை என அமர்வுகள் சிறப்பாக அமைந்தன. நிதியளிப்பு நிகழ்வானது, ஒரு கொண்டாட்டமாகவும் அமர்க்களமாகவும் நிகழ்ந்தது. விழாக் குழுவினரின் இலக்கான 10 லட்சத்தைக் கடந்து 11 லட்சத்தை நிதி தொட்டுவிட்டிருந்தது.

என் வாழ்வில் மிகவும் பெறுமதியான நாளாக அந்நாளை அமைத்துக்கொடுத்த சகலரையும் நன்றியுடன் நினைத்துக்கொள்கிறேன்.

விழாக் குழுவினரான பவா செல்லதுரை, மு.வேடியப்பன், காலம் செல்வம், அன்னம் கதிர், சிவ.செந்தில்நாதன், ஓவியர் விஸ்வம், தளவாய்சுந்தரம், லார்க் பாஸ்கரன் ஆகியோருக்கும்;

கருத்தரங்க உரை, வாழ்த்துரை, சிறப்புரை நிகழ்த்திய நண்பர்களுக்கும்;

இந்த முன்னெடுப்பின் முக்கியத்துவமும் அவசியமும் குறித்து, இந்து தமிழ் திசை நாளிதழில் அரைப்பக்கக் கட்டுரை எழுதி பரவலான கவனத்துக்குக் கொண்டு சென்ற நண்பர் ஆசைத்தம்பிக்கும்;

நிதியளித்துப் பங்காற்றிய அன்பு உள்ளங்களுக்கும் (நிதியாக 50 ரூபாயும் வந்தது, ஒரு லட்சமும் வந்தது. எல்லாவற்றையும் சமச்சீரான மனோபாவத்தோடும் நன்றியோடும் எக்செல் படிவத்தில் பதிவு செய்திருக்கிறேன்)

இந்த விழாவுக்கான அறிவிப்பு வெளியான நாளிலிருந்து தங்கள் வாழ்த்துகளை வெவ்வேறு வழிகளில் தெரிவித்த அன்பு உள்ளங்களுக்கும்; என் நெஞ்சம் நிறைந்த நன்றிகள்.

இவ்வளவு பேர்களின் அன்புக்கு உரியதாக இந்த வாழ்க்கை அமைந்ததற்காக மனம் முழு நிறைவில் திளைத்திருக்கிறது.

இனி, விழாவில் நான் நிகழ்த்திய ஏற்புரையின் ஒரு பகுதியை இங்கு முன்வைக்கிறேன்:

அனைவருக்கும் வணக்கம்.

பவாவும், வேடியப்பனும் முன்னெடுத்த ஒரு விழா இவ்வளவு சிறப்பாக நடப்பதில் ஆச்சரியப்பட ஏதுமில்லை. கடந்த சில நாட்களாக, பவாவின் மந்திரக் குரல் சக்தியையும் வேடியப்பனின் செயல் வேக ஆற்றலையும் பார்த்துப் பார்த்து வியந்து போயிருக்கிறேன். ஆனால் அவர்களுக்கு இதெல்லாம் வெகு இயல்பான சுலபமான ஒன்றாகவே இருக்கிறது. இவர்களின் இந்த உத்வேகத்தோடு நேர்த்தியான திட்டமிடலும் சேர்ந்துகொண்டு இந்த விழாவை மிகச் சிறப்பானதாக ஆக்கியிருக்கின்றன.

இந்த நிகழ்ச்சி, கலை இலக்கிய நண்பர்களும் எழுத்தாளர்களும், வாசகர்களும் ஒன்றிணைந்து, இதுவரையான என் வாழ்வுக்கான கொடையாக அளித்திருக்கும் ஓர் அழகிய அபூர்வ மலர். இந்த மலர் இனியான என் வாழ்வுக்கான வாசனையாக என்னுள் எப்போதும் வாசம் புரியும். எந்த ஒரு பெரிய விசயமும் பூ மணத்தின் குணம் கொண்டதுதான் என்கிறார் எஸ். சம்பத். அப்படியான குணாம்சம் கொண்ட ஒரு நிகழ்வாகத்தான் இதை உணர்கிறேன். இந்த கௌரவிப்பை சிறுபத்திரிகை இயக்கத்துக்கான சமூக அங்கீகரிப்பாகவே கருதி, பெருமகிழ்ச்சியுடனும் நெகிழ்ச்சியுடனும் ஏற்கிறேன்.

நம் காலத்துக்கும் சமூகத்துக்குமான கனவைப் படைப்பாளிகளே உருவாக்குகின்றனர். இக்கனவை அங்கீகரிப்பதிலும் ஏற்பதிலுமே நம்முடைய மீட்சி இருக்கிறது.

படைப்பாளியின் கனவை தீப ஒளியாக ஏந்திச் செல்லும் சாதனம்தான் சிறுபத்திரிகை இயக்கம். நம்பிக்கை, அர்ப்பணிப்பு என்ற இரண்டு மூலாதார சக்திகள்தான் திரியும் எண்ணெயுமாக இருந்து அதை அணையாது காத்திருக்கின்றன.

கலை நம்பிக்கையும் அர்ப்பணிப்பும் என்றான வாழ்வியக்கம் என்பது, பாரதி, புதுமைப்பித்தன், க.நா.சு., சி.சு.செல்லப்பா, தருமு சிவராம் (பிரமிள்) போன்ற நம் லட்சிய முன்னேடிகள் நமக்கு வகுத்துத் தந்திருக்கும் பாதைதான். அந்தப் பாதையில் இளம் வயதில் என்னை இணைத்துக்கொண்டவன் நான். அதனைத் தொடர்ந்து, கடந்த 50 ஆண்டு காலமாக, எழுத்து, சிறுபத்திரிகைச் செயல்பாடு, புத்தகப் பணி என நான் தேர்ந்தெடுத்த ஒரு வாழ்க்கையைத்தான் எவ்வளவோ இடர்களுக்கிடையிலும் தொடர்ந்து மேற்கொண்டு வந்திருக்கிறேன். இந்த வாழ்க்கைதான் இன்று இப்படியான ஒரு பரிசை வழங்கியிருக்கிறது. ஒவ்வொரு கட்டத்திலும் எண்ணற்ற இளைஞர்கள் இந்த இயக்கத்தில் தங்களை இணைத்துக்கொண்டு இயங்கியிருக்கின்றனர். கடந்த 80 ஆண்டு கால சிறுபத்திரிகை இயக்கம் காலகதியில் பெரும் பத்திரிகையின் சில பக்கங்களிலேனும் சில மாற்றங்கள் நிகழ வழிவகுத்திருக்கிறது. அதேசமயம், நம்முடைய ஆகச் சிறந்த அம்சத்தில் நாம் தொடர்ந்து செயல்பட்டுக்கொண்டிருக்க வேண்டும் என்பதுதான் முக்கியம். வாழும் காலத்தில் அது உரிய பலன்களை அளிக்காவிட்டாலும், காலகதியில் அது சமூகத்தில் காத்திரமான விளைவுகளை ஏற்படுத்தும். சிறுபத்திரிகை இயக்க முன்னோர்கள் காலத்தை விடவும் இன்றைய சூழல் சற்று மேம்பட்டிருக்கிறது என்பதில் சந்தேகமில்லை. இந்த நிகழ்ச்சியும் அதன் ஓர் அடையாளம்தான். என் வாழ்க்கையிலிருந்து நான் கற்றுக்கொண்டது ஒன்றுதான்: எந்தவொரு காத்திரமான செயலையும் தொடர்ந்து நம்பிக்கையுடனும் அர்ப்பணிப்புடனும் மேற்கொண்டு வந்தால், அது காலகதியில் சில நல்ல விளைவுகளை ஏற்படுத்தும்.

ஈஸ்வர் ஒளிப்படக் காதலன்

அன்புள்ள பவாவுக்கு,

பவாவையும் அவர் கதை சொல்லலையும் ஏன் இத்தனை பேர் விரும்புகிறார்கள்; ஏன் பின் தொடர்கிறார்கள்?

தமிழ் இலக்கியத்தின் மிகப்பெரிய ஆளுமைகளுடன் இவரால் எப்படி நட்பு பாராட்ட முடிந்தது? அதையும் எப்படி தொடர முடிகிறது?

ஒரே பதில்தான்:

எழுதியவர் எழுதினாலும் அதைப் பிறருக்கு சொல்லும் அழகு: எழுதியவரே எழுதாமல் விட்ட சிலவற்றை தொட்டுக் கடத்தும் நடை.

ஒரு முறை பிரபஞ்சனின் கதையை பவா சொல்லி முடித்தவுடன் பிரபஞ்சனே கேட்டாராம். 'நல்லாயிருக்கே.... இது யார் எழுதின கதை'ன்னு....

யாரோ ஏழுதுறாங்க... இவர் சொல்றாரு... இது என்ன பெரிய விஷயம்...னு கேட்கலாம். ஆனா.... பெரிய விஷயந்தான். அந்தக் கதையை எப்படிச் சொல்வது, சொல்கிறார் என்பதுதான் முக்கியம்.

இப்படித்தான் ஒரு கதை.... பவா சொன்னார்....

பர்கூர் மலையில்.....வெயில் படர்ந்த வேம்பும் மூங்கிலும் நின்ற வனம்...

எடுத்துக்கொண்ட கதை...

ஜெ.பி. சாணக்யாவின் 'ஆண்களின் படித்துறை'.

ப்...ப்...ப்....பா...

என்ன ஒரு கதை.....இதை பவா எப்படி ஒரு இருபால் வாசகரும் உள்ள நிகழ்வில் சொல்ல எடுத்தார்: அல்லது முடியும்?

பவாவால் விரசமில்லாமல் சொல்ல முடிந்தது.... நண்பர்களே!!!

நான் முதலில் அவர் சொன்ன இந்தக் கதையைக் கேட்டேன்.

பிறகுதான் கதையைப் படித்தேன்.

பிறகு ஒருமுறை கேட்டேன்...

மீண்டும் கேட்டேன்....பவா எதையாவது சொல்லாமல் விட்டாரோ..... என்று மீண்டும் கேட்டேன்.

ஒரு கதையின் முற்றுப்புள்ளி, கமா....வைக்கூட விடாமல் சொல்வதே பவா வின் சிறப்பு.

கதையின் பாத்திரங்கள்:

படித்துறை....

அன்னம்மாள் என்கிற அன்னம்..... அவளின் மகள் லலிதா....

லலிதாவைக் காதலிக்கும், மணமுடிக்க விரும்பும் செல்வம்....

அன்னத்தைப் பற்றி சொல்ல வேண்டுமானால்

உள்ளூர் பெரும்புள்ளி மட்டும் அல்ல....

ஊரில் லூசாய்த் திரிந்தவனையும்......

விருதாங்க நல்லூரிலிருந்து வருகிற செட்டியாரை மட்டுமல்ல... அவரது நிலத்தைப் பார்த்துக்கொள்ள வந்துபோய்க்கொண்டிருந்த வேலைக்காரனையும் திருப்திப்படுத்திய இளகுமனதுக்காரி அன்னம்.

ஆனால், விரும்புபவர்களைக் கூடுவதற்கு எந்த ஒரு விலையும் வாங்காதவள்.(அதனால்தான் பகலில் எல்லா

ஆண்களின் எதிரில் நிமிர்ந்து நடக்க முடிகிறது என்கிறார் சாணக்யா)

கடைத்தெருவில் அன்னத்திடம் சாடை பேசும், கதையடிக்கும் ஆண்களுக்கு அவளுடன் இங்கேயே படுத்துக் கொண்டால் அவர்களுக்குப் பரம சந்தோஷம் என்று எழுதுகிறார்.

ஆண்கள் பற்றி அன்னம் வைத்திருக்கும் கணிதம் எதுவும் இன்றுவரை தோற்றுப்போனதில்லை என்கிறார் சாணக்யா.

மேலும், இக்கதையில் மிகச் சிறந்த வரிகள்........

குறைந்த விலைக்குக் கிடைக்கிறதென்று அன்னம்தான் இந்த சைக்கிளை வாங்கிப் போட்டாள். அது தன் அம்மாவுக்காகத்தான் அவ்விலைக்குக் கிடைத்திருக்கிறதென்று மகளுக்குத் தெரியும்......

ஆண்கள் வராத நேரத்தில் அம்மாவை நீராடச் சொன்னாள். அவளும் செய்தாள். ஆனாலும் அவள் நீராடும் செய்தி எப்படியோ காற்றின் வழி பரவிவிடுகிறது. சர்க்கஸ் வினோதத்தைப் பார்க்கும் கூட்டம்போல் சிறிது நேரத்தில் வேளை கெட்ட வேளையில் கூட்டம் கூடிவிடுகிறது (அன்னம் குளிப்பதை படம் பார்க்க)

சரி..... கதைசொல்லிய பவா எங்கே இருக்கிறார்.....

லூசு ஒருவரைக் கூடிய பின்....

"அவள் யூகித்தது சரிதான் என்றாலும், "இதுதான் முதல் தடவையா?" என்றாள்.

அவன் சிரித்துக் கொண்டே இசைவாய்த் தலையாட்டினான்."

இந்த வரிகளைப்படித்துவிட்டு கீழே பவாவின் வீடியோ வைப் பாருங்கள்.

கதையில் உள்ளது போல 'ஆமாம்'னு சொல்லி கடந்திருக்கலாம்.

ஆனால், அன்னத்தைப் புணர்ந்த அந்த லூசே கூட மூச்சு வாங்க, இந்த ஆக்ஷன் பண்ணி இருப்பானா.....தெரியாது. அதுதானே பவாவின் சிறப்பு.

நீங்களும் கேளுங்கள் நண்பர்களே....

தான் விரும்பிய மணமுடிக்க இருந்த செல்வத்துடன் தனது அம்மா உறவாடியதைத் தாங்க முடியாமல் தூக்கில் தொங்கிய லலிதாவிற்காக ஒரு நொடி உங்கள் கண்களில் நீர் பணிக்கும்.

படித்து, கேட்டு முடித்தவுடன் நிச்சயமாய் தோன்றியது..... எங்கோ ஒரு படித்துறையில் அன்னமும்...லலிதாவும்... செல்வமும்....

பிறந்து...வாழ்ந்து...முடிந்திருக்கிறார்கள் என்று..

அன்புள்ள பவா அப்பாவுக்கு,

கிட்டதட்ட ஒரு ஒருமாசங்கிட்ட நா ரொம்ப Depreesion-னா இருந்தேன். எங்கப்போறதுன்னே தெரியாம ஊரு ஊரா சுத்திட்டு இருந்தேன் சாகலாம்னு கூட தோணுச்சு. என்ன பண்றேனு எனக்கே புரியாம இருந்தேன் எல்லாரும் என்ன விலகிப்போறங்களா இல்ல நா விலகிவரேன்னான்னு தெரியாம இருந்தேன் அப்போ தான் ஸ்பாடிபைல நீங்க சொல்ற கதைகள கேக்க ஆரம்பிச்சேன் அது என்ன கொஞ்சம் கொஞ்சமா அமைதி ஆக்கிச்சு. "சொல்வழிப்பயணம்" அது எனக்குள்ள வாழணும்கிற ஆசைய உருவாக்கிட்டு இப்ப டெய்லி உங்ககதைய கேக்க ஆரம்பிச்சிட்டேன். எப்பயும் சோகமாவே நெகட்டிவாவே பாக்கிற லைவா ரசிக்க ஆரம்பிச்சிட்டேன். பவா அப்பா உங்களுக்கு எப்படி நன்றி சொல்றதுன்னே தெரில. அந்த அளவுக்கு உங்களோட குரலும் நீங்க சொல்ற கதையும் எனக்குள்ள ஒன்றிப்போய் கெடக்கு! நீங்க ரொம்ப வருசம் நல்லா இருக்கணும். நா எனக்கு உங்கள வாழ்த்துற அளவுக்குக்கூட வயசில்ல ஆனா மனசார சொல்றேன் நீங்க நல்லா இருக்கணும் பா ♥

இந்துமதி,
தென்காசி.

அன்புள்ள பவாவுக்கு,

வணக்கம்.

தங்களின் கம்பீரக் குரலில் ‘இடக்கை’ நாவலின் கதை கேட்டேன்.

மொகலாய மன்னரான ஷாஜகான், மும்தாஜ் தம்பதியரின் மூன்றாவது மகனாகப் பிறந்து தனது சகோதரர்களை வீழ்த்திவிட்டு மன்னராகி, 89 வயதுவரை வாழ்ந்து, கடைசி வரை அதிகாரத்தை விடாமல் கெட்டியாகப் பிடித்திருந்த மாமன்னன் ஔரங்கசீப் பற்றி தெரிந்த வரலாற்றின் தெரியாத பக்கங்களையும், கண்ணுக்கும் கவனத்திற்கும் புலப்படாத மர்மங்களையும், நீதி மறுக்கப்பட்டவர்களின் வேதனைக் குரல்களையும் தங்கள் குரலால் உணரமுடிந்தது. இந்நாவலில் வரும் கதாபாத்திரங்களையும், கதையையும் தங்கள் மொழியில் கூறுவதைக் கேட்கும் போது என்னவொரு பேரானந்தம்.

பெண் மண்புழு, தனது கணவனான ஆண்புழு தேரின் சக்கரத்தில் நசிந்து கொல்லப்பட்டதற்கு நீதி கேட்கும் பாங்கும், மண்ணாலான லகியா என்ற பெண்ணை அவனது கணவன் போதை தேவைப்பட்டபோதெல்லாம் கண்ணீர் விடச்செய்து அதில் கரையும் அவள் உடலை சுவைத்து போதையேற்றிக்கொள்ளும் நிகழ்வும் நெஞ்சை உருக்குகின்றன.

தங்களின் வர்ணனையில் அஜ்யா. மறக்கமுடியாத கதாபாத்திரமாக நெஞ்சில் தங்கிவிடுகிறாள்.

சாவின் காலடிகள் தனது அறைக்கு வெளியே கேட்டுக் கொண்டிருப்பதை ஔரங்கசீப் உணர்ந்து கொள்ளும் தருணமும், ஏவலரும், காவலரும் மற்றும் எல்லோரும் போற்றிடும் மாமன்னன் என்றெல்லாம் எந்த பேதமும் பார்க்காமல், காலன், காலம் வந்ததும் அவரை அழைத்துக் கொண்டபோது மாமன்னனானாலும் இறுதியில் மண்ணுக்குள் தான் என்னும் வாழ்வின் நிலையாமையை நமக்கு உணர்த்துகிறது.

''கதை சொல்லிகள் அழிவற்றவர்கள்'' என்று 2012ஆம் ஆண்டு இலக்கியத்திற்கான நோபல் பரிசு பெற்ற எழுத்தாளர் மோயானின் சொன்ன வைர வரிகள் தங்களால் மேலும் உயிர்ப்பெறுகிறது. தங்களின் உச்சரிப்பில் கேட்கையில் உள்ளம் உங்களுடனே பயணிக்கிறது...

வணக்கங்களுடன்.

சித்ரா,
கரூர்

அன்புள்ள பவாவுக்கு,

தமிழ் நவீன இலக்கியம் மற்றும் சிறுகதை உலகிற்கு என்னை அறிமுகப்படுத்திய உங்களுக்கு என் நன்றியை சொல்ல முடியாது. தமிழ்ச் சிறுகதைகள் எந்த மொழிக்கும் குறைவானவை அல்ல என்பதை நான் இப்போது உணர்ந்துகொள்கிறேன். உங்கள் சிறந்த வாசகர்களில் நான் ஒருவராக இல்லாவிட்டாலும் மிக விரைவில் ஒருவராக மாறுவேன் என்று நம்புகிறேன்.

மே 28 அன்று கீழ்ப்பாக்கம் கதை சொல்லும் நிகழ்வில் உங்களைச் சந்திக்க புனேவிலிருந்து வருகிறேன். சென்னை புத்தகக் கண்காட்சியில் உங்களைப் பார்க்கத் தவறிவிட்டேன். ஷைலஜா அம்மாவைத்தான் சந்திக்க முடிந்தது. இந்தியாவுக்கு மாறிய பிறகு உங்கள் கதையை நேரில் கேட்க இப்போது முதல் முறையாக வாய்ப்பு கிடைத்தது.

Youtube-இல் பார்ப்பதை விட நேரில் கேட்பது எவ்வளவு வித்தியாசமானது என்பதைக் கண்டறிய மிகவும் ஆவலாக உள்ளேன். உங்களைச் சந்திப்பதற்கும், தமிழ்க் கதைகள் மற்றும் நாவல்களில் அதிக ஈடுபாடு கொள்வதற்கும் எல்லா வாய்ப்பையும் நான் ஏற்படுத்துவேன். இப்போது நிறைய சிறுகதைகள் படிக்க ஆரம்பித்தேன். எளிமையாக வாழவும், வாழ்க்கையில் எளிமையான விஷயங்களைக் கொண்டாடவும், உங்களைப் போல மனிதநேயத்தை நேசிக்கவும் கற்றுக்கொடுக்கும் என்று நான் நம்புகிறேன்.

Love

(என் மனைவிக்குப் பிறகு ஒருவரிடம் முதல் முறையாக Love வார்த்தையைப் நான் எழுதும் போது பயன்படுத்தப் பட்டது)

பரணி

அன்புள்ள பவாவுக்கு,

உங்களிடம் ஃபார்மலாக கடிதம் எழுதுவதே ஒருவித கூச்சத்தை தருகிறது. ஒரே சமயத்தில் எனக்கு ஓர் ஆதர்சமாகவும், மிக நெருங்கிய (பொறுத்தருள்க) தாத்தாவாகவும், ஒரு தோழனாகவும் தெரிபவர் நீங்கள். நான் கனவுகவனமென என்னும் திருவண்ணாமலையின் முதலானவர். என்றைக்கும் என் வாழ்விலிருந்து பிரிக்க முடியாதவை உங்களின் கதைகளும் உங்கள் குரலும். இதை எழுதும்போது, 'ஏதாவது தேவை, காரணம் இருந்தால்தான் பேசவேண்டுமா? இவ்வளவு நாட்களாய் பெற்ற பேறுகளுக்கு எப்போதோவல்லவா நீ கடிதம் போட்டிருக்க வேண்டும்' என மனம் சொல்கிறது. நீங்கள் எனக்கு எவ்வளவு மகத்தானவர் என்பதை சொல்லிக்கொண்டே இருக்கவேண்டும் என்று படுகிறது. இத்தோடு நிற்கிறேன். என் மனதில் மிதக்கும் தங்களைப் பற்றிய மகத்துவம் சொற்களாய் தரையிறங்க முற்பட்டு வெற்றுப் பாராட்டுகளை போல் தோற்றமளிக்க வேண்டாம். நேற்று ஒரு சிறுகதை வாசித்தேன். ஏற்கெனவே வாசித்தது. முதல் வாசிப்பிலேயே என்னை பிரம்மிப்பில் ஆழ்த்திய கதை. அரூ இணைய இதழில் வெளிவந்தது. உங்களுக்குத் தெரிந்திருக்கும். சுசித்ராவின் 'யாமத்தும் யானே உளேன்'. ஒரே சமயத்தில் ஒரு புராதன புனிதநூலையும் ஒரு அதிநவீன புத்திலக்கியதையும் வாசித்த அனுபவத்தைத் தந்த ஒரு நீள்சிறுகதை. நான் எத்தனை முறை வாசித்தேன் என நினைவில்லை. இன்னும் எத்தனை முறை வாசிப்பேனோ.

உங்களால் இந்தக் கதையை கதையாடல் ஒன்றில் அறிமுகப்படுத்த முடியுமா? அந்தச் சிறுகதை மெல்ல ருசித்து வாசித்து உள்வாங்க வேண்டியதுதான். அத்தகைய வாசிப்பு நிகழவாவது நீங்கள் இதை பரப்ப வேண்டும். அந்தக் கதை உங்களைப் பற்றியது எனும்பொழுது அதை நீங்கள் சொல்லியே ஆகவேண்டும் என்று எனக்குப்படுகிறது. அதை பிறர் வாசிக்க வேண்டும் என்பதை விட நீங்கள் அந்தக் கதையை சொல்லி இரு கண்ணாடிகள் ஒன்றையொன்று சந்திக்கும் அற்புத நிகழ்வாக அது இருக்கவேண்டும். கதைகளை கதைக்கும் கதைசொல்லியை பற்றிய கதையை கதைக்கும் கதைசொல்லி என.

மெய்யாகவே பேரன்புடன்,
சஃபீர் ஜாஸிம்

அன்புள்ள பவாவுக்கு,

சென்ற ஆண்டின் வசந்த காலத்தின் தொடக்கம் அது. சில மாதங்கள் முன் இவை அனைத்தும் இழந்து வெறும் குச்சியாக காட்சியளித்தவை. எல்லாம் இப்பொழுது துளிர் பச்சை. புகழ் பெற்ற ஓவியர் David Hockney-யின் ஓவியம் போல எங்கும் பச்சை. பிரம்மத்தின் பச்சை. அப்படி ஒரு தினத்தில் எனக்கு ப்ரியமான எழுத்தாளர் Jose Saramogo எழுதிய The Gospel according to Jesus Christ என்ற நாவலை படிக்க ஆம்பித்தேன். அவரது கதை சொல்லும் முறை தேன். மூன்று வயதுக்குள் உள்ள குழந்தைகளைக் கண்டால் கொன்று விடுக என்ற உத்தரவை அறிந்த ஜோசப் தன் மனைவி மேரி பிறந்த குழந்தையான இயேசுவையும் குகையில் இருந்து எப்படித் தப்பிக்க முயல்கிறான் என்ற பகுதி நெருங்கிக் கொண்டிருக்க மனம் பேய் காற்றில் சிக்கிக் கொண்ட ஜன்னல் போன்று பட படத்தது. Jose Saramago இரண்டே வரிகளில் தப்பித்துவிட்டதாக அந்தப் பகுதியை நிறைவு செய்து கதை தொடருகிறது. பெரும் ஏமாற்றம் அடைந்தேன். ஏமாற்றம் நேருமெனில் எதிர்பார்ப்பு என்ற ஒன்று இருந்தாக வேண்டும். Kindle-ஐ மூடிவிட்டு ஜன்னலை பார்த்தேன். அது ஒரு சதுர கண்ணாடி ஜன்னல். பச்சை போர்த்திய மரங்களும் அதற்கு அப்பால் பிரம்மாண்டமான Lake Ontario. நீலம் மரகதப்பச்சை வண்ணங்களை பிரதிபலித்து காட்சியளித்தது.

ரிலே ஓட்டப்பந்தயத்தில் ஒருவர் மற்றொருவரின் கையில் கொடுக்கப்படும் பாடன் (baton) போன்று ஐரோப்பாவின்

ஒரு மூலையில் உள்ள Portugal போர்ச்சுகள் நாட்டிலிருந்து Jose Saramogo என்ற கலைஞன் இந்தியாவின் கேரளத்தில் வசிக்கும் பால் சக்காரிய என்ற மாபெரும் கலைஞனிடம் சுருக்கமாக தப்பித்து விட்டதாக முடித்த சம்பவத்தை வேறு தளத்துக்கு எடுத்துச் செல்வதற்காகவே பால் சக்காரிய "யாருக்குத் தெரியும்?" என்ற கதையை எழுதி அதை கதை சொல்லும் வடிவமாய் பால் சக்காரியவிடம் இருந்து பவா, நீங்கள் பெற்றுக்கொண்டு சொன்ன அந்தக் கதையை நான் The Gospel according to Jesus Christ நாவலைப் படிக்கத் தொடங்கும் முன் கேட்டுவிட்டதால் Jose Saramoga அந்தச் சம்பவத்தை எப்படிக் கையாண்டு இருப்பதை அறியவே அந்தப் படபடப்பு, அந்த எதிர்பார்ப்பு, ஏமாற்றம். ஜன்னலை பார்த்துக் கொண்டு இருந்த என் இமைத்திரைகள் மெல்ல கீழ் இறங்கக் கண்கள் மூடியபடி பவா உங்களிடம் இருந்து baton-ஐ பெற்றுக்கொண்டு மனதில் "யாருக்குத் தெரியும்?" கதையை நினைவிலிருந்து மீட்டெடுத்தேன். மிகக்கச்சிதமாக இருந்தது. நாவலின் பிற்பகுதியில் இயேசுவின் தாய் மேரியும் Magdalene Mary-யும் சந்திக்கும் போது magdalene mary வேசி என அறிந்தும், தன் மகனோடு இருப்பதை அறிந்தும் மேரி, Magdalene Mary-யை கட்டி அணைத்துக் கொள்கிறாள். மிக poetic-ஆக உணர்ந்தேன். பால் சக்காரிய "யாருக்குத் தெரியும்?" கதை அதற்குப் பெரிதும் இசைவாக இருந்தது. வாசிப்பின் அனுபவம் வேறு தளத்துக்குச் சென்றது. எனக்கே நான் சபாஷ் போட்டுக் கொண்டேன்.

கோடி நன்றிகள்.

சில மாதங்களுக்கு முன்பு தான் 'யேசு கதைகள்' புத்தகத்தை வாங்கினேன். எவரும் சொல்லாத கதைகள். பால் சக்கரியா பெரும் பொக்கிஷம்.

சில வருடங்களுக்கு முன் நண்பன் தீபனோடு (பயணம் ஒன்னு போதாது) உங்கள் நிலத்திற்கு வந்திருக்கிறேன். ரம்மியமான சூழல். அங்கேயே மீன் பிடித்து மீன் குழம்பு என் கைப்பட செய்து உங்களுக்கு பரிமாற வேண்டும் என்று விரும்புகிறேன். நன்றி!

பிரவீன்

அன்புள்ள பவாவுக்கு,

`ஜெயகாந்தன் தோழர்கள்' அமைப்பு நடராஜனின் வணக்கமும், வாழ்த்துகளும்.

கோவையில் ``பாரீஸுக்குப் போ'' பெருங்கதையாடல் நிகழ்ச்சியின் பெரும் வெற்றி எங்களை எல்லாம் பெரும் மகிழ்ச்சிக்கு உள்ளாக்கி இருக்கிறது.

உங்களுக்கு எங்களது நெஞ்சார்ந்த நன்றிகள்.

ஜெயகாந்தனின் சபை பெருஞ்சபையாக, மக்கள் சபையாகக் கூடி, ஜே.கே. பிறந்த நாளை பெரும் கொண்டாட்டமாக நடத்தியது போன்ற உணர்வு. ஜே.கே. பிறந்த நாளை இதைவிட சிறப்பாகக் கொண்டாட முடியுமோ?

நீங்கள் கதை சொல்வதைக் கேட்க மக்கள் எப்படி இப்படிக் குழந்தைகளோடு குடும்பம் குடும்பமாக வருகிறார்கள்?

ஒரு காலத்தில் தாத்தா, பாட்டிகளிடமும், கோயில்களிலும், திருவிழாக்களிலும் கதை கேட்டு வளர்ந்த பழைய தலைமுறைக்கும், அந்த வாய்ப்பில்லாத இன்றைய புதிய தலைமுறைக்கும் கதை கேட்கும் ஆர்வம் நெஞ் சத்துக்குள்ளேயே கனன்று கொண்டுதான் இருக்கிறது எனத் தோன்றுகிறது. தங்கள் குழந்தைகளை கதை சொல்லி வளர்க்க முடியவில்லையே என்ற தவிப்பும் ஏக்கமும் உள்ளது. ஆனால் குடும்பங்களிலும், சமூகத்திலும் கதை சொல்லிகள்தான் இல்லை.

மக்களின் கதை கேட்கும் அந்த ஆர்வக் கனலை உங்கள் கதையாடல்கள் மூலம் நீங்கள் சுடர்விடச் செய்கிறீர்கள். மக்களின் ஏக்கத்தையும் தவிப்பையும் போக்குகிறீர்கள். கதை சொல்லும் தமிழ் மரபின் நவீனக் கதைசொல்லியாக விசுவரூபம் எடுத்து நிற்கிறீர்கள்.

வெகுஜனப் பத்திரிகை என்னும் குதிரையை அடக்கி அதன் மீதேறி சவாரி செய்கிறேன் என்பார் ஜெயகாந்தன். நீங்கள் சமூக ஊடகம் என்ற குதிரையின் மீது சவாரி செய்கிறீர்கள்.

அமரர் தோழர் ஜீவானந்தம் தலைமையில் கலை இலக்கியப் பெருமன்றத்தின் முதல் அமைப்பு மாநாடு கோவையில் நடந்தபோது அதில் கதை சொல்லும் அரங்கு இருந்ததாகவும், அந்த அரங்கில் வேட்டியும் ஜிப்பாவும் அணிந்த ஜெயகாந்தன் மேடையில் அங்கும் இங்கும் நடந்தவாறு கதை சொல்லியதாகவும் எழுத்தாளர் கி.ராஜநாராயணன் சென்னையில் ஒரு கூட்டத்தில் கூறியது நினைவில் இருக்கிறது. வரவேற்புரையில் அதைச் சொல்ல வேண்டும் என்றிருந்தேன், மறந்துவிட்டேன்.

நீங்கள் நிகழ்த்திய `பாரீஸுக்குப் போ' பெருங்கதையாடலை நம்மோடிருந்து ஜே.கே.யும் கேட்டிருப்பார் என்ற எண்ணமே எனக்கு மேலோங்குகிறது.

தொடர்ந்து ஜே.கே.யின் படைப்புகளை நீங்கள் பெருங்கதையாடல்களாக நிகழ்த்த வேண்டும், அந்த முயற்சிகளில் எல்லாம் ஜெயகாந்தன் தோழர்கள், சஹ்ருதயர்கள் இணைந்து கைகொடுக்க வேண்டும் என்பதே எங்களது பேராவல். இன்ஷா அல்லாஹ்.

அன்புடன்

ஆர். நடராஜன்

அன்புள்ள பவாவுக்கு,

"வாழ்க்கை என்பது வேறொன்றும் இல்லை, அந்தந்த நேரத்து நியாயங்கள்'', ஆஹா எவ்வளவு பெரிய நியாயமான, உன்னதமான பொருள். பவா சார் இப்பொழுது தான் ஜெ.கே எழுதிய 'பாரிஸுக்குப் போ!' கதை உங்கள் குரலில் கேட்டு முடித்தேன். ஒருமணி நேரம், நாற்பத்தி எட்டு நிமிடம், முப்பத்து நான்கு வினாடிகள். கதையின் இடையில் ஒருமுறைக் கூட தண்ணீர் அருந்தவில்லை நீங்கள். என்ன ஓர் அர்ப்பணிப்பு சார். வெள்ளைப் பூக்களுக்குள் புன்னகைக் கண்கள், அந்தச் செடியின் கொடியின் நிறமான பச்சை வண்ணத்தில் டி.சர்ட், டார்ஸ்டாய்-ன் அன்னகர்னிகா படம் பார்த்து விட்டு வரும்போது மூவருக்குமான உரையாடலில், சாரங்கன் மகாலிங்கத்திடம், டார்ஸ்டாய் தான் பாவம் என்று நீங்கள் சொல்லிக் கொண்டே சிரித்த அந்தச் சிரிப்பு, ஒரு தாமரை மலரின் இதழ்களின் மலர்ச்சியை அருகில் இருந்து ரசித்த அனுபவம் எனக்குள், எப்படி என்றால் ஒரு முழு பௌர்ணமி நிலவை உள்ளங்கையில் ஏந்தியிருந்தால் எவ்வளவு சுகமோ அவ்வளவு சுகமாக என் ஆழ்மனதுக்குள். அய்யய்யோ, தர்க்கம், ஒருபோதும், intellectual என்ற வார்த்தை பிரயோகங்களை ரசித்துக் கொண்டே இருந்தேன். ஜெ.கே-யின் ஆன்மா தங்களுடைய இந்த மகத்தானப் பணிக்காக உங்களை ஆசீர்வதித்துக்கொண்டே இருக்கும். பவா சார், இலக்கியப் பயணத்தில் மக்களிடம் சிறந்த எழுத்தாளர்களின் படைப்புகளை கொண்டு செல்ல

எடுக்கும் உங்களின் மெனக்கெடல் என்னை கண்கலங்கச் செய்கிறது. வயதில் இளையவன் நான், சாஷ்டாங்கமாக உங்கள் பாதங்களை தொட்டு வணங்குகின்றேன். உங்கள் நினைவுடனும், ஜெ.கே. நினைவுடனும் ஓர் பெரும் இலக்கிய விருந்து உண்ட களிப்பில், மயக்கத்தில் உறங்கச் செல்கின்றேன். அனேகமாக என் இன்றைய கனவுகளில் பவாவின் தரிசனம் கிடைக்கக் கூடும். ஏற்கெனவே அந்த மகிழ்ச்சி ஒரு முறை நிகழ்ந்திருக்கிறது. அன்புடன்

பா. கிருபானந்தன்

அன்புள்ள பவாவுக்கு,

சார் வணக்கம், ஒரு கதை கேட்பதற்காக எப்படி இவ்வளவு கூட்டம் வருகிறது என்பதில் உங்களுக்கு ஓர் ஆச்சரியம் இருந்து கொண்டே இருக்கிறதாக ஒவ்வொரு கதைகள் சொல்லும் பொழுதும் சொல்கிறீர்கள். உண்மை என்னவென்றால், எழுத்தாளர்கள் கதையின் மூலம் சொல்ல வந்ததை, உங்கள் உடல் மொழியின் வழியாக சொல்லும் பொழுது எல்லா மனிதர்களும் எளிதில் அந்தக் கதையின் கருத்துக்களை உள்வாங்கி தங்களுக்குள் கிரகித்துக் கொள்ள முடிகிறதென்பதே சிறப்பம்சமாக நான் இல்லை இல்லை நாங்கள் பார்க்கின்றோம். நீங்கள் கதை சொல்லும் பொழுது அதில் வரும் மரம், செடி, கொடி, காடு, மலை, மழை, இரவு, பகல், மனிதன், மனிதம் என எல்லாம் எங்கள் உணர்வுகளில் ஊடுருவி பயணம் செய்யும் பிரம்மிப்பே ஓர் அற்புதமான நிகழ்வு சார். அந்த சுகமே வேற. கூடுதலாக அந்த வெள்ளை மேகத்தில் இருந்து பிரகாசமாய் எட்டிப் பார்க்கும் சூரியனைப் போல எங்களை மயக்கும் சிரிப்பு. இதை அனுபவித்து உச்சிமுகரத்தான் நாங்கள் வருகின்றோம் பவா சார். இருக்கி அணைச்சு ஒரு உம்மா தரணும் போல உள்ளது பவா சாருக்கு.

நன்றி.

குருப நாதன்

அன்புள்ள பவாவுக்கு,

கதை சொல்லி என்பதே வாசகனின். வாசிப்பின். வாசல் திறக்கும் பணி. ஏகாந்த வெளியில் மக்களோடு கதை மாந்தனாய் உறவாடும் உன்னத தருணங்கள்.

போகிற போக்கில் பல எழுத்தாளர்களை புகழ்பெற்றவர்களை மட்டுமல்ல திருசெந்தாழை போன்ற வளரும் எழுத்தாளர்களையும் உலகுக்குரைக்கும் உயர்ந்த பண்பு.

நான் வருவாய்த்துறையில் பணிபுரிந்தாலும் ST பிரிவில் நாயாடிகள் என்ற ஒரு சமூகம் உள்ளது என்பதை 'நூறு நாற்காலிகள்' தங்களின் உரை வழியே கேட்டு உறைந்து போனேன்.

மெச்சத் தகுந்த எளிமை, புனைவுகளற்ற புரிதல், எளிதில் எல்லாரோடும் இயைந்து செல்லும் பந்தம் தங்களுக்கு மட்டுமே உரியது பவா.

ஒருவகையில் எனக்குப் பொறாமை. ஆம்! இப்படிபட்ட அன்பு நிறைந்த வாழ்வை நம்மால் வாழ முடியவில்லையே என ஏங்குகிறேன்.

தோழர் மிஷ்கினின் 'ஒரு ஓநாயும் ஆட்டுகுட்டியும்' சில ஆண்டுகளுக்கு முன்பு திரையில் பார்த்தேன் அவரே போராளியாய் நடித்திருப்பார். மாறுபட்ட கதைக்களம் மசாலா சிந்தனைக்கு மடைமாற்றிய படம் அது. அப்போதே

சிந்தித்தேன் மக்களை நேசிக்கும் மனிதராலேயே இப்படி படம் எடுக்க இயலும் என்பது . அவர் தங்களின் நெருங்கிய நட்பு வட்டத்தில் இருப்பது என்னை மேலும் நெருக்கமாய் உணர செய்துள்ளது .

பத்தாயம் பளிங்கு மாளிகை அல்ல.

பாசத்தைப் பந்தி வைக்கும் இடம் என்பதை உணர்ந்துள்ளேன்.

வாசிப்பில் பின் தொடரும் வாசகன்

காஞ்சி கவி

அன்புள்ள பவாவுக்கு,

நட்சத்திரங்கள் ஒளிந்துகொள்ளும் கருவறை, பவா செல்லதுரை சார் அவர்களின் சிறுகதைப் படைப்பு. இந்த புத்தகத்தில் மொத்தம் 11 சிறுகதைகள். முழுவதும் படித்து விட்டேன். இதற்கு அழகான, ஆழமான, மெய்மையான, மேன்மையான முன்னுரை பிரபஞ்சன் அவர்களிடமிருந்தும், தொடர்ந்து க்ருஷி மற்றும் உதயசங்கர் ஆகிய எழுத்தாளர்களிடமிருந்தும் அற்புதமான அனுபவப் பார்வை. இப்போ இந்த புத்தகத்தைப் படித்து, என்னுள் அந்தப் படைப்புகளின் இயல்புகளையும், அதில் உயிர்கொண்டு வாழ்ந்த மனிதர்களையும், செடி கொடிகளையும், காடு, மலை, மழை, குன்று, பாறை, காய், பழம், மதம், மாதம், இரவின் மூன்று விதமான கோணங்கள் இப்படி இயற்கை யோடும், அது சார்ந்த மனித வாழ்வியலின் எதார்த்தத்தின் மொத்த பரிணாமங்களை என்னுள் முழுவதும் கிரகித்துக் கொண்டு, என் மனவிழிக்குள் அசைபோட்டு அசைபோட்டு, அதன் அனுபவத்தில் தோன்றிய என் அனுமானத்தையே உங்களுடன் பகிர்ந்து கொள்ளப் போகின்றேன். ஏனென்றால் அந்த அக்னித் தாக்கம் தந்த உஷ்ணம், உங்களை சுடவும் செய்யும், சில சமயங்களில் குளிரவும் செய்யும். அது உங்களுக்கு ஒரு மிகச்சிறந்த பயனாகவும், நம் முன்னோர் காலத்து வாழ்வியலைப் பற்றி தெரிந்து கொள்ள வேண்டிய கட்டாயத் தேவையாகவும் கூட இருக்கலாம். அனேகமாக "பவா" என்னும் விதை முளைத்து துளிர்விட்டு பின் இக்கதைகளோடு ஒன்றென

கலந்து தனக்கான அனுபவத்தில் உருண்டு பிரண்டு சங்கமித்த ஆண்டின் தொடக்கக் காலங்கள் 1977-ஆக இருக்கலாம். தன் பாலபருவத்தின் தொடக்கத்தில் ஒருவர் தன் நிலப்பரப்பு எதுவோ அதனுடைய சிறப்பும், குணமும், மணமும், பேசப்படும் மொழியும், அதனோடான பண்பாடும் சார்ந்தவைகளோடே பினணந்திருக்கும், அதன் நிலக்காட்சிகளே சாட்சிகளாக இவருடைய எழுத்துச் செதுக்கல்களில் கதைகளாக நாம் படிக்கும்போது, நம் கண்களில் விரிவடைகின்றதைப் பார்ப்போம். ‘முகம்’ கதையில் வரும் மனோ, அம்முக்குட்டி, இருவரும் நம் ரத்த உறவுகளின் குரோதத்தையும், பழிச்சொல்லையும் நாவினால் சுட்டு விட்டுச் செல்வது, ஆறாதப் புண்ணின் காயமாகவும், அட சரிதான் குழந்தையும், தெய்வமும் ஒன்றுதான் என சொல்லிட்டு போகிறது முகம். மகள்களைப் பெற்ற அப்பாக்களுக்கு மட்டும் தான் தெரியும் பணத்தின் அருமையும்,பணி ஓய்வின் வலியும். இங்கே ஜெக்கப் வாத்தியாருக்கு ஏற்பட்ட மனப்பிறழ்வு, தன் இளம் வயது பருவத்தில் ஒற்றை ரோஜா வாக வந்து போன வெள்ளைக்கார பெண்மணி அல்ல, தன் நான்கு மகள்களில், திருமணமாகாமல் இருக்கும் கடைசி இரண்டு பெண்களின் துயரத்தினால்தான் என்று.எவனோடோ, ஓடிப் போய்விட்ட தன் மனைவியின் ஞாபத்தையும், துரோகத்தையும் எச்சில் போல துப்பி எறிந்து விட்டு, தன் ஒற்றை மகனை வளர்த்தெடுக்க, வீடற்று, மண்டி தெருவோரத்திலேயே படுத்து எழுந்து மூட்டைத்தூக்கி ஒரு கூலித்தொழிலாளியாய் உழைத்து, வாத்தியாருக்குப் படிக்க வச்ச தகப்பனோட பேரன்பைத் தாண்டியும் பட்ட கஷ்டங்களையும்,அவமானங்க ளையும்,அருவருப்புகளையும் நினைத்து கசிந்துருகும் மகன் ஈஸ்வரன்.தெருக்கூத்து கட்டும் ஏழுமலை, காலில் சலங்கை சத்தம் சகிதம் ஆடிப்பாடி, கிராம மக்களின் பார்வையில் கதாநாயகனாக வலம்வந்த ஏழுமலையை காலம் மக்களை சினிமா படம் காணும் மோகத்தில், நகரமென்னும் நரகத்திற்கு துரத்தியடித்தது. நரகத்தின் வன்மத்தை தாக்குப்பிடிக்க முடியாமல் சொந்த கிராமத்தின் காலடியிலேயே வந்து விழுந்த ஏழுமலை ஜமா.காலம் காலமாக மனிதர்களுக்குள் இருக்கும் தீண்டாமையையும், உயர்ந்த ஜாதி, தாழ்ந்த ஜாதி என சக மனிதர்களை அடிமையாக்கும் கீழ்மைகளை பொசுக்கும் தீப்பொறி, புரட்சி கூட, அடுப்பங்கரையில்

தீ மூட்டும் அதே நம் இனமான பெண் தெய்வங்களிடம் (தமிழச்சிகளிடம்) இருந்து தான் ஆரம்பிக்கப்பட்டு வருகிறது. அவர்களின் வழித்தோன்றியே சிங்காரக்குளம் காவு வாங்கிய "மல்லிகா" என்ற அந்த நெருப்பு. பின்நாளில் அந்த நெருப்பு தான்,அந்த சிங்காரக் குளத்தையே தன் சூட்டில் ஆவியாக்கியிருக்கக் கூடும்.ஜப்பான் எனும் பெயருள்ள வயதானக் குறவரின் காடு "வேட்டை", அது என்ன ஜப்பான்? பெயர்தான்! ஏன்? அது இயற்கையோடு ஒன்றி வாழ்ந்த ஒரு சமூகத்தை மதம்,நாகரிகம் என்னும் சடங்குகளால் காவு வாங்கப்பட்டு அவன் வாழ்வாதாரமே முடக்கப்பட்டத் துயரம். பச்சை இருளனும்,மரகத ஒளி வெளிச்சமும் எப்பொழுதும் சிறகடிக்கும் பவாவின் விழியில் விழுந்து நம் இதயம் துளைக்கும் அந்தத் தருணம்தான் எவ்வளவு அழகுப் பார்வை, கள்வனைக்கூட ரசித்து ஏற்றுக் கொள்ள என்ன ஒரு நியாயமான தர்க்கம்.அந்தச்சிறுவனுக்குத்தான் என்ன ஒரு கற்பனையான ரசனை, கிழவி ஆய்ந்து கொடுத்த மல்லாட்டைக் காய்களில், சிப்பிக்குள் இருக்கும் முத்து போல ஒளிரும் ரோஸ் நிற இளவரசிகள், அத்தோடு ஓணான் கொடியில் ஒயிலாக ஊஞ்சல் ஆடிய ராஜாம்பாக்களின் நினைவுகள்,ஆஹா படிக்கும்போது Harry Potter கதையில் காணும் மாயாஜால உலகத்திற்குள் நாமும் ஒரு சுற்று சுற்றி வந்த பிரம்மிப்பு! நீண்டகால மழையின்மையால் கடும் பஞ்சத்தில் அல்லோலப்பட்டு பசி எனும் பட்டினிச் சாவில் சிக்கி, மக்கள் முதல் எல்லா ஜீவராசிகளும் செத்துக் கொண்டிருக்கும் ஓர் ஊரில், மற்றுமொருத் துயரமாக மக்களிடம் திருடிக் கொண்டிருந்த பொட்டு இருளன் என்ற திருடனைப் பிடித்த மக்கள் கொலைவெறியோடு அவனை கொல்லவே முடிவெடுக்கும் தருணத்தில்,பிய்த்துக் கொண்டு பெய்யும் மழையின் பெரும் ஈரத்தால் மக்களின் மனமும் குளிர்ந்து,திருடனை மன்னித்து விடுவிப்பதும் ஒரு வகையான கருணைதானோ. கட்டுக்கோப்பான அப்பாவிடம் இருந்து அன்பில்லாமல் தொடர்ந்து துரத்தியடிக்கப்பட்ட ஓர் இளைஞனின் கோபமும்,வெறுப்பும், அதே ஊரில் பாலியல் தொழில் நடத்தும் விஜயாவின் வாழ்க்கைகூட எத்தனை அழகாக, சுதந்திரமாக இருக்கிறதே, என்கின்ற ஏக்கம். மூன்றாவதாக கருவுற்ற மேரியின் செவிகளில் பின்னிரவில் குறி சொல்லும் ஊமையன் எழுப்பிய விநோதமான ஒலியினால்

அமைதி குழைந்து, மிரண்டு போய்,வயிற்றில் உள்ள தனது குழந்தை தங்காமல் ஏதாவது அபசகுணமாகி விடுமோ என்ற அச்சத்தினால் உடைந்து அழுது அலறியவளுக்கு, கிருஸ்துமஸ் தாத்தா தந்த இன்பச் செய்தியால், நம்பிக்கை கொண்டு துள்ளிக் குதித்தவள் என்று.. தன் சிறுகதைத் தொகுப்பில் பவா அவர்கள் பல்வேறுபட்ட மனிதர்களோடு மட்டும் பயணப்பட்டதோடு மட்டுமல்லாமல், முல்லை நிலமான காட்டுப் பகுதியிலும், குறிஞ்சி நிலமான மலைப் பகுதியிலும் உள்ள உயிருள்ள அத்தனை ஜீவன்களோடும் கைகோர்த்து ஆனந்தக் கூத்தாடும் தீராக் காதலின் வெளிப்பாடு தான் இந்த 'நட்சத்திரம் ஒளிந்து கொள்ளும் கருவறை' தொகுப்பு. தமிழில் நான் புதிதாகத் தெரிந்து கொண்ட பெயர்கள் தான் எத்தனை, எத்தனை. மல்லாட்டம் காய் (வேர்க்கடலை), காசிரிக்கா நார், நுணா தழை, மகுட மரம், நூக்க மரம், காரப் பழம், நொணாப் பழம், சொல்லி பழம் என்று எனக்கு புதிதாய் தெரிந்து கொண்ட பெயர்கள், ம்ம் ம்ம் அப்புறம், பாலாவின் அந்த மார்கழிப் பனியின் சிலிர்ப்பு,இருள் இரவுகளின் அனுபவம், மூன்றாம் ஜாமத்து உணர்வு, பெயர் ஏற்று நிற்கும் பாறைகள், குன்றுகள் என எல்லாமுமே என் இதயத்தை வருடிச் சென்ற இதமான அனுபவம் என நான் எனக்குள்ளே தொலைந்து போனேன். ஆகாயத்தில் ஜொலிக்கும் விண்மீன்களை எப்படி எண்ண முடியாதோ, அப்படித்தான், இந்தப் படைப்பை படித்த அனுபவமும் உள்ளது. சர்வ நிச்சயமாக இந்தப் புத்தகத்தை வாங்கிப் படித்தால் மட்டுமே, அங்குலம் அங்குலமாக உங்களால் ரசித்து உணர முடியும் என்பதே எனது அபிப்பிராயம், வேண்டுகோள். நான் உங்களிடம் பகிர்ந்து கொண்டது வெறும் எள்ளளவுதான். புத்தகத்தை வாங்கிப் படியுங்கள், அப்பொழுது பெறுவீர்கள்.அந்த ஆனந்த அனுபவத்தை தந்த பவா சார் எனும் இலக்கியவாதி அவர்களுக்கு எனது அன்பும், நன்றியும். அன்புடனும், பாசத்துடனும், உங்களின் வாசகன், சகோதரன்.

பா.கிருபானந்தன்,
இராமநாதபுரம்.

அன்புள்ள பவாவுக்கு,

திருச்செந்தாழையின் விலாஸம் கதையை வாசித்த போது எனக்குள் திறந்த வாசல்களை விட, பவா அந்தக் கதையை சொல்லச் சொல்ல எனக்குள் கூடுதலாகப் பல வாசல்கள் திறந்தன. படைப்பாளி கூட நினைத்துப் பார்த்திராத பல ஓடைகளையும், ஆறுகளையும் கண்டடைகிற கண்கள் பவாவினுடையது. இதனால்தான் ஒரு பெரும் படை பவாவின் குரல்களில் மூழ்கிக் கிடக்கிறது. படைப்பாளிகளுக்கு இது பெரும் கௌரவம். திருச்செந்தாழைக்கு என் வாழ்த்துகள்.

கவிப்பித்தன்

அன்புள்ள பவாவுக்கு,

"தனியார் பள்ளிகளில்தான் தரமானக் கல்வியா?" என்ற YouTube காணொளியை I watched it continuously for three times in a stretch.

சற்றே ஹாஸ்யம் கலந்த தங்களின் சிறுபிராயத்து தீராத்துயராய் விளங்கிய அந்த "ஜெயந்தி" எனும் பெண்ணின் கதையில் ஆரம்பித்த அந்தப் பேச்சு கொஞ்சம் கொஞ்சமாய் இறுகுவானது நேரம் போகப் போக.

பள்ளிவாழ்க்கையில் துவங்கி கிட்டதட்ட திருமணம் முடியும் வரை ஒரு போதும் தோல்வி எனும் வார்த்தையின் Spelling கூட அறிந்திராத அந்தப் பெண் கடைசியில் வாழ்க்கையில் எப்படி ஒரேயடியாய் தோற்றுப்போனார் என்ற கட்டத்தை நெருங்கியபொழுது அதுவரை நீடித்திருந்த சிரிப்பொலிகள் சட்டென்று தொலைந்தது போல உறைத்தது எனக்கு.

நாம் அனுதினம் சந்திக்கும் பெண்களில் முக்கால்வாசிப் பேரின் தொழில் வளர்ச்சி வாய்ப்புகள் இப்படியேதான் திடீரெனத் திருவிழாவில் காணாமல் போன குழந்தையைப் போல மாயமாய் மறைந்து விடுகின்றது என்பது எவ்வளவு நிதர்சனமான உண்மை. இந்த ஜெயந்தியின் கதையும் அதையே தான் பிரதிபலிப்பது bitter and stark reality மட்டுமே என்பதைத் தவிர வேறென்ன கூற இயலும்.

Btw, தாங்கள் அந்த ஜெயந்தி எனும் பெண்ணிற்கு மிகவும் கடமைப்பட்டுள்ளீர்கள் என்பது என் தாழ்மையான கருத்து.

ஒருவேளை தாங்கள் ஒரு மருத்துவராகவோ அல்லது பொறியாளராகவோ ஆகி இருந்தால் அது தமிழ் இலக்கிய வாசகர்கள் உலகிற்கு எப்பேர்ப்பட்ட நஷ்டம் என்பதை சற்றே நினைவுகூர விரும்புகின்றேன். So We all should thank her from the depth of our hearts for giving an invaluable "YOU" to us.

மற்றும் தனியார் பள்ளிகளில் மட்டும் ஆசிரியர்கள் ஏதோ வானத்திலிருந்து நேரடியாய் குதித்து இறங்கியது போலவும் அரசுப் பள்ளிகளில் அந்தத் தரம் இல்லையென்பதும் போன்ற ஒரு மாயை இங்கு எப்பொழுதுமே நிலவுகின்றது. அது எவ்வளவு பெரிய அப்பட்டமானப் பொய் என்பதை தாங்கள் மிக அழகாகத் தெளிவாய் (Citing few real life examples) விளக்கியது மிக அருமை.

தாங்கள் கூறுவது போலவே எனக்கும்கூட பள்ளிகளில் என்னை வெகுவாய் கவர்ந்த ஆசிரியர்கள் ஒருவரது பெயர் கூட நினைவில் இல்லை. Most of my great teachers, including you, are from outside the classroom only.

Let me not take more time of yours by making you read this very lengthy paragraph of mine.

Take Care and See you soon.

With Kind Regards,

கோபி

அன்புள்ள பவாவுக்கு,

ஒரு கடைக்கோடி வாசகனிடமிருந்து கடிதம், பிழைகள் இருந்தால் மன்னிக்கவும்.

பிரபலம், எழுத்தாளர், நடிகர், தமிழ்நாட்டின் ஆகச்சிறந்த கதைசொல்லி என்றெல்லாம் புகழ்ந்து உங்களை என்னிடமிருந்து தூரப்படுத்த விரும்பவில்லை. வியர்வை வடிய வெண்தாடியுடன் "நண்பர்களே" என்று அந்த காந்தக் குரலால் கதையாடலை ஆரம்பிக்கும் பவா அப்பாவை என் பக்கத்தில் வைத்துக்கொள்ளவே ஆசைப்படுகிறேன்.

Non fiction-ல் மூழ்கிக்கொண்டிருந்த என்னை serious writing உலகிற்கு அறிமுகப்படுத்திய உங்களுக்கு என் நன்றிகள். வம்சியில் வெளியிட்ட ஜெயமோகனின் 'அறம்' தொடங்கி ஜெயகாந்தன், எஸ்.ரா, வேல ராமமூர்த்தி, பாலச்சந்திரன் சுள்ளிக்காடு, ராஜு முருகன், மாரி செல்வராஜ் என்று என் பட்டியல் நீள நீங்களே காரணம். ஜெயகாந்தன் என்னும் பெருஞ்சிங்கத்தை அடுத்தத் தலைமுறைக்கு கடத்துவதில் பெரும்பங்குண்டு உங்களுக்கு. குறிப்பாக உங்கள் பெருங்கதையாடலில் 'ஒரு மனிதன் ஒரு வீடு ஒரு உலகம்' என்னை உங்களுக்கும் ஜெ.கே.விற்கும் அடிமையாக்கியது. அப்படிப் பார்க்கையில் நீங்கள் ஒரு கதைச் சொல்லியாக ஜெயித்துவிட்டீர்கள் பவாப்பா.

சமீபத்தில் Youtube-ல் பார்த்த சந்தோஷ் ஏச்சிக்கானத்தின் ‘பிரியாணி’ இன்னும் என் தொண்டைக்குள் சிக்கிக் கொண்டுள்ளது. ‘கேசம்’, ‘வலி’, ‘அபஸ்வரம்’ எல்லாம் இன்னும் என்னைக் கனமாகிக்கொண்டு செல்கிறது. நீங்கள் சொன்னது போல் மண்டோவின் கதைகளை என்னால் அவ்வளவு சுலபமாக கடந்து போகமுடியவில்லை, அது நாம் இப்போது எவ்வளவு சௌகர்யமான, ஆசீர்வதிக்கப்பட்ட வாழ்க்கையை வாழ்கிறோம் என்பதை திரும்பத் திரும்ப உணர்த்துகிறது.

ஒரு படைப்பாளன் தன் படைப்பைத் தாண்டி மற்ற படைப்பாளர்களின் படைப்பை எப்படி தம் வாசகர்களுக்கு எடுத்துச் சொல்ல முடியும்? எங்கிருந்து அந்த மனோபலம் வருகிறது? இந்தக் கேள்விகளையெல்லாம் ஓரம் கட்டிவிட்டு, தான் ரசித்த ஒரு நல்ல படைப்பு அனைவருக்கும் போய்ச்சேர வேண்டும் என்கிற உங்கள் எண்ணம் கெத்தேல் சாஹிபுக்கு நிகரானதே.

திறமையும், முயற்சியும் இருந்தால் யாராலும் எழுத்தாளர் ஆகிவிடமுடியும், ஆனால் நீங்கள் செய்வதை யாராலும் செய்ய முடியாது பவாப்பா. ஒரு எழுத்தாளன் தன் வாசகனைத் தொட்டுவிட முடியும், அவன் உணர்ச்சிகளைத் தூண்டிவிட முடியும். ஆனால் ஒரு கதைசொல்லியால் மட்டும் தான் அவனோடு சேர்ந்து ஒன்றாகக் கலக்க முடியும். உங்களோடு சேர்ந்து அழுவான் அவன். உங்கலோடு சேர்ந்து சிரிப்பான் அவன். உங்கள் குரலை இறுகப்பிடித்து உங்களோடு சேர்ந்து பயணம் கொள்வான் அவன்.

மேற்சொன்ன விஷயங்களில் உங்களுக்கு மாற்றுக் கருத்து இருக்கலாம், பொறுத்துக் கொள்ளுங்கள், இது நான் நம்பும் நிஜம். மண் வறண்ட பூமியின் மழைக்கான காத்திருப்பு அது.

பெரும் படைப்புகளை Layman perspective-ல் சாமான்யனுக்கு கடத்திவிடும் வித்தை உங்கள் வசம் உள்ளது பவாப்பா. அதைக் கைவிடாமல் தொடர்ந்து செய்யவே உங்களை வேண்டுகிறேன்.

ஒரு படைப்பாளன் எப்படி இவ்வளவு நண்பர்களை சம்பாதிக்க முடியும் என்பதை உங்கள் 'எல்லா நாளும் கார்த்திகை' படித்து தெரிந்துகொண்டேன். எழுதிக்கொண்டிருக்கும் மூன்று நாவல்களுக்கு வாழ்த்துகள்.

உங்கள் இலக்கில்லா பயணம் தொடரட்டும்...

இப்படிக்கு

சகபயணி கோகுல்

அன்புள்ள பவாவுக்கு,

சார்... நான் முதன்முதலில் உங்கள் குரலில் கேட்ட கதை 'ஒரு மனிதன் ஒரு வீடு ஒரு உலகம்' கதைதான்.நீங்கள் கதை சொல்லிக் கேட்ட அந்தத் தருணத்தில் என் உடல் சிலிர்த்து, என் உணர்வுகளில் ஆயிரமாயிரம் பிரகாசம், ஏதோ ஒருவித ஆனந்தம் உண்டாயிற்று. பிற்பாடு தொடர்ந்து உங்களுடைய கதைகள் நிறைய கேட்டும், அதில் 'யானை டாக்டர்' கதையை உங்களைப் போல் நானும் பேசியும் (காப்பியடித்து) யூ டியூப்பில் பதிவு செய்திருக்கின்றேன். எனது 5ஆம், 6ஆம் வகுப்பு பள்ளிப் பருவவயதில் தெருவில் விளையாடும் என் வயது ஒத்த நண்பர்களைக் கூட்டி, அவர்களிடம் கதை சொல்வது எனது பொழுதுபோக்கு. நான் சொல்லும் கதையின் தலைப்பே ''உங்களை பற்றிய கதை'' என்றுதான் ஆரம்பிப்பேன். கதையில் வரும் கதாபாத்திரங்களில் போலீஸ், திருடன், டாக்டர், வித்தைக்காரன் எல்லாமே என் நண்பர்கள் பெயரிலேயே சொல்வேன். அவர்களைப் பற்றி கற்பனை கலந்து பெரிய ஹீரோவாக நான் சொல்வதைக் கேட்டு பெருமகிழ்ச்சி அடைவர். கதையில் அவர்களை உயர்வாக சித்தரிக்க பரிசாக கடலை மிட்டாய், பஞ்சு மிட்டாய், அப்பளம் வாங்கிக் கொடுப்பர். அது ஒரு அழகிய நாட்கள்.அந்த இனிமையான நாட்களை என்னுள் மீண்டும் நினைவுகளாகக் கொண்டு வந்தது உங்களின் அறிமுக வழியாகத்தான். என் பால்ய நினைவுகளைத் திரும்பிப் பார்க்க வைத்த ''பவா சார்'' எனும் நிகழ்கால போதி மரத்திற்கு

என் வணக்கத்தையும், நன்றிகளையும் உங்கள் காலடியில் காணிக்கையாக்குகின்றேன். உங்கள் முகம் பார்த்து, கண் பார்த்துப் பேச ஆர்வமாக உள்ளேன். வெகுவிரைவில் பத்தாயத்திற்கு வருகின்றேன். உங்கள் ஆசி கிடைக்கப் பெறும் நம்பிக்கையின் காத்திருப்புடன்,

கிருபா

அன்புள்ள பவாவுக்கு,

ரொம்ப நாளுக்கு அப்புறம் உங்க கதை சொல்லும் காணொளி பார்த்தேன்பா.

ஷைலஜா அம்மா பதிப்பகப் பதிவு போட்டதிலிருந்து "மழைக்கண்" சிறுகதைல ஒரு ஆவல் இருந்துச்சி. அதை இன்னும் 100 மடங்கு அதிகபடுத்திட்டு இந்தக் காணொளி. தலைப்பின் தேர்வு கதையின் உச்சம்.

அந்த காவேரி ஆறு, குத்தாலம், சீர்காழி இதெல்லாம் கேட்கும் போது பெரம்பலூர் படிச்சபோது என் கூட படிச்ச பசங்க 4,5 பேர் திருவையாறு, பாபநாசம், கொள்ளிடம் சேர்ந்த பசங்க நாங்க எல்லாம் கலேஜ்ல தஞ்சாவூர் குரூப். அவனுங்க கூடப் பேசும்போது சொன்ன நிகழ்வு, இடமெல்லாம் மெல்ல அசை போட்டுச்சி.

கதை மெல்ல நகரும் போதே இசை மனிதனை நிச்சயமாக மாமனிதராக மாற்றக்கூடிய வல்லமை வாய்ந்தது என்பதை நமக்குள் தெரியபடுத்துகிறது. அதே போல் குற்ற உணர்வு மிகக்கொடிய மிருகம். இசை அது மிகப்பெரிய பேரன்பு நிறைந்த உணர்வு அதை நான் சில முறை தனியே அமர்ந்து ரசித்து இருக்கேன். இதையெல்லாம் கடந்து எனக்கும் அந்த ராமஜெயம் முதலாளிக்கும் ஆன தொடர்பு எங்க அம்மா சொல்லுவாங்க சின்னப் புள்ளையா இருக்கும்போது கல்யாண வீட்டுக்குப் போனா எங்கயாவது புள்ளைங்க அழுகுற சத்தம் கேட்டா அங்க இருப்பேன் (கடிச்சி வச்சிடுவேன்)

இல்லனா நாதஸ்வரம் வாசிக்குறவங்களுக்கு பக்கத்துல உட்கார்ந்து இருப்பேன். அந்த உணர்வு எனக்கு அப்பப்ப எட்டி பார்க்கும் அப்படி சமீபத்துல துபாய் எக்ஸ்போ போனப்ப சாயங்காலத்துல ஒரு சின்ன இசைநிகழ்ச்சி இருவர் மட்டும் அமர்ந்து வாசிச்சிட்டு இருந்தாங்க கொஞ்சநேரம் கேட்டுட்டு போய்விடலாம்னு உட்கார்ந்தேன் எழுந்து போக மனசு இல்லாமல் அங்கேயே உட்கார்ந்துட்டேன். எனக்கு இசை பத்தி எதுவும் தெரியாது ஆனாலும் அந்த நேரம் அப்படியே லயித்து போறதுனு சொல்லுவாங்கல்ல அது போல.

சரியான நேரத்துல பஸ்ஸை விட்டுட்டு இராத்திரி ரூமுக்குப் போக ரொம்ப கஷ்டமாச்சி. ஆனா அதெல்லாம் அந்த இசை மறக்கடிச்சிடுச்சி. ஒரு கதை மனிதனின் பல்வேறு நிகழ்வுகளை நினைவலைக்குள் சுழலச் செய்கிறது.

இந்த இருள் இரவு உங்க கதையிலும், குரல் ஓசையிலும், செந்தில் கதை மாந்தர்களோடும் நிலவு சூழ துவங்குகிறது.

என் அப்பாவுக்கு எப்படி நன்றி என்று நான் சொல்ல முடியும்.

கதை வழியே எல்லாரோடும் சுவீகரிக்கின்றார். அந்த அன்பிற்கு அடைக்கும் தாள் ஏது ?

அன்பின் முத்தங்கள் அப்பா.

வாசகி

அன்புள்ள பவாவுக்கு,

முன்பெல்லாம், வீட்டில் தினமும் திலகா 'இளையராஜாவின்' இசையினை ஒலித்திடச் செய்து, செய்யும் வீட்டு வேலைகளின் பாரம் உணராமல் செய்திடுவார்.

வாரம் ஒரு புதுப்படம் (கேபிள் டிவியில்) என்று வாழ்க்கை ஓடியது.

இரவு உறக்கத்தில் புத்தகம் கை நழுவி செல்லும்வரை படித்த தருணங்கள்,

இவை அனைத்தும், கடந்த 16 நாட்களாக காணாமல் போனது !

உக்ரேனில் யுத்தம் தொடங்கிய நாளில் இருந்து, இரண்டு மணி நேரத்திற்கு ஒருமுறை செய்திகளைப் படித்து அறிந்து, தொடர்ந்து அதிர்கின்றேன்... உக்ரேன் நாட்டு அதிபரின் நாட்டுப்பற்றும் அவரது உண்மையான உரைகளும், அவருடன் கை கோத்து போராடும் பலரையும் பார்க்கும் போது, இவர்களின் வீரம் மெய்சிலிர்க்கச் செய்கின்றது!

உலக நாடுகள் அரங்கில் எழுந்து நின்று கை தட்டி அவரது உரைக்கு மரியாதை செய்கின்றனர், ஆனால் மதம் பிடித்த கொடுங்கோல் ஆட்சி புரியும் 'புட்டின்' தொடர்ந்து கொன்று குவிக்கின்றான்! எப்போது முடியம் இந்த அநீதியானப் போர்? ஏன் இந்த அதிகார வெறி?

பல வருடங்களாக ஐரோப்பாவை குறி வைத்து, பல வழிகளில் அதனை பலவீனப்படுத்தத் துணிந்த 'புட்டின்' செயல்களில் இதுவும் ஒன்று.

வீடு, வாசல், தன் நிலம், தன் வாழ்க்கையைத் தொலைத்து வேறு நாடுகளில் அகதிகளாகப் புகும் அவலம் எவ்வளவு கொடுமையானது? புகலிடம் தரும் நாடுகளும், மனிதர்களும் உயர்ந்த எண்ணம் கொண்டவர்கள்.

ஆனால், கடந்த 35 ஆண்டுகளுக்கும் மேலாக ஐரோப்பாவில் வாழும் என் போன்ற ஒருவனுக்கு நன்றாகத் தெரியும். தன் வாழ்வை, தன் நிலத்தை தொலைத்து, வேறொரு தேசத்தில் மீண்டும் வாழ்வை மீட்டெடுப்பது மிகவும் சிரமமான காரியம் என்று (மொழி, கலாச்சாரம்...) மற்றும், இங்குள்ள 'மத'வெறி பிடித்த இஸ்லாமியர்கள், 'போதை'ப்பொருள் சந்தை, இவற்றின் நடுவே இங்கு வந்து சேரும் 'உக்ரேன்' நாட்டு சகோதர, சகோதரியர்கள் (இவர்களின் பாதுகாப்புக்கு இங்கு உத்தரவாதம் இல்லை), பிள்ளைகள் எதிர்காலம் கேள்விக்குறியானதே?

எப்போது இந்தப் போர் முடியும், மீண்டும் எப்போது அந்நாட்டில் அமைதி திரும்பும், எத்தனைக் காலங்கள் தேவை அழிந்து போன அனைத்தையும் சீர் செய்ய, எண்ணில் அடங்கா சுற்றுப்புற சுகாதார சீர் அழிவுகள் இந்த அர்த்தமற்றப் போரினால், மனிதர்களுடன் எத்தனை வாய் இல்லா ஜீவன்களும் இறக்கின்றனர், உணவு, நீர் இன்றி, உறக்கம் இன்றி அல்லல்படுகின்றனர், இடம்பெயர்ந்த மனிதர்கள் மீண்டும் ஒரு நாள் தங்கள் நாட்டினை, இழந்த வாழ்வினை மீட்டு எடுப்பாரோ?

தொடர்ந்து பிரார்த்தனை புரிகிறேன்.

தொடர்பற்று தோழமையுடன்,

உங்களின் 'புதிய புத்தகங்களின்' அழைப்பிதழ் அழகாக உள்ளது, வர வேண்டும் போல் உள்ளது! புதுவையில் இருந்திருந்தால் உடனே பஸ் பிடித்து வந்து இருப்பேன்.

ஸ்ரீதர்

அன்புள்ள பவாவுக்கு,

வணக்கம். என் பெயர் ஆனந்த்குமார் ஐசக். நான் கோவையில் உள்ள காருண்யா பல்கலைக்கழகத்தில் 1999ஆம் ஆண்டு பொறியியல் படித்துவிட்டு தற்போது சென்னையில் ஒரு மென்பொருள் நிறுவனத்தில் பணிபுரிந்து வருகிறேன். உங்களுக்கு பரிச்சயமான திருவண்ணாமலையைச் சேர்ந்த ஆனந்த் இம்மானுவேல், கல்லூரியில் இருந்தே எனக்கு மிக நெருங்கிய நண்பன்.

எஸ்.ரா. அவர்களின் புத்தகங்களில் இருந்து தான் என்னுடைய வாசிப்பு உலகம் விஸ்தீரமடைந்தது. எஸ்.ரா. அவர்கள் எழுதிய வாசக பர்வம் என்ற புத்தகம் எனக்கு பல எழுத்தாளர்களையும் அவர்களின் எழுத்துக்களையும் அறிமுகப் படுத்தியது. அப்படி எஸ்.ரா.வின் படைப்புகளைத் தேடிப் படிக்கும்போதும் காணொளிகளைத் தேடிப்பார்க்கும்போதும் தான் எதேச்சையாக உங்களின் பெருங்கதையாடலில் எஸ்.ரா.வின் ‘இடக்கை’ கேட்டேன். அதன் பிறகு சந்தோஷ் ஏச்சிக்கானத்தின் ‘பிரியாணி’ கதை நீங்கள் சொல்லிக் கேட்டேன். அதில் இருந்து நீங்கள் சொல்லும் ஒவ்வொரு கதையும் தேடித்தேடிக் கேட்டேன். வலைத்தளத்தில் நீங்கள் சொன்ன அத்தனைக் கதைகளையும் பதிவிறக்கம் செய்து தினமும் காலை நடக்கும்போதும், இரவு தூங்கும் முன்பும் கேட்பேன். பின்னர் என்னுடைய எல்லா நண்பர்களுக்கும் நீங்கள் சொன்ன கதைகள் பற்றி பகிர்ந்து கொண்டேன். அப்படி உங்களைப் பற்றி என் கல்லூரி நண்பேன்

ஆனந்த் இம்மானுவேலிடம் பேசும்போது உங்களை தனக்கு நன்றாகத் தெரியும் என்று கூறினான். உங்களை எனக்கு அறிமுகப்படுத்துவதாகவும் கூறினான். கடந்த இரண்டு வருடமாக உங்களை எப்படியாவது சென்னைப் புத்தக காட்சியில் நேரில் சந்தித்துவிடலாம் என முயற்சி செய்தேன். ஆனால் வாய்ப்பு கிடைக்கவில்லை. நான் வம்சி ஸ்டாலுக்கு வரும்போது நீங்கள் அங்கு இல்லை. ஷைலஜா அக்காவை மட்டும் சந்தித்துப் பேசினேன். நீங்கள் எழுதிய பல புத்தகங்களை வம்சி பதிப்பகத்தில் வாங்கினேன். உங்கள் 'மேய்ப்பர்கள்' எனக்கு மிகவும் பிடித்திருந்தது. பல உயர்ந்த மனிதர்களைப் பற்றி தெரிந்துக்கொள்ளும் வாய்ப்பு கிடைத்தது.

கடந்த ஆண்டு அக்டோபர் மாதம் என்னுடைய நண்பன் ஆனந்த் இம்மானுவேலை சந்திக்க திருவண்ணாமலை வந்திருந்தேன். அப்போது உங்களைப் பற்றி பேசிக் கொண்டிருந்தோம். வாய்ப்பு கிடைத்தால் உங்களைச் சந்திக்கலாம் என்று சொல்லி ஆனந்த் இம்மானுவேல் உங்கள் தொலைபேசிக்கு அழைப்பு எடுத்து உங்களை பார்க்க வரலாமா என்று கேட்டான். நீங்கள் குடும்பத்தோடு சினிமாவிற்கு செல்வதாக சொல்லி வேறு ஒரு நாள் சந்திக்கலாம் என்று சொன்னீர்கள். அதனால் அந்த முறையும் உங்களைச் சந்திக்க முடியவில்லை. இதன் பிறகு என் நண்பன் ஆனந்த் இம்மானுவேலோடு சேர்ந்து உங்களைச் சந்திக்கவே முடியாது என்று நினைக்கும்போது மனது வலிக்கிறது.

ஆமாம் அண்ணன், கடந்த ஆண்டு செப்டம்பர் மாதம் கடைசியில் ஆனந்திற்கு கேன்சர் இருப்பதாக மருத்துவர்களால் கண்டறியப்பட்டது. கேன்சர் உறுதிப்படுத்தப்படும்போதே அது இறுதி கட்டத்தில் (ஸ்டேஜ் 4) இருப்பதாக மருத்துவர்கள் சொன்னார்கள். வேலூர் சி.எம்.சி. மருத்துவமனையில் இரண்டு மாதம் சிகிச்சை எடுத்து எந்த முன்னேற்றமும் இல்லை. பின்னர் அவனுடைய குடும்பம் இருக்கும் இடமான கோவைக்குச் சென்று கோவையில் உள்ள கே.எம்.சி.எச். மருத்துவமனையில் இரண்டு மாதம் சிகிச்சை எடுத்து அதுவும் பலனளிக்காமல் கடந்த பிப்ரவரி மாதம் 26ஆம்

தேதி ஆனந்த் இம்மானுவேல் காலமானான். கோவையில் இறுதிச்சடங்கு முடிந்தது. வருகிற ஞாயிற்றுக்கிழமை 13ஆம் தேதி காலை 11:30 மணி அளவில் திருவண்ணாமலை லெபனான் காம்பஸ்சில் ஆனந்த் இம்மானுவேலுக்கு நன்றி தெரிவிக்கும் இரங்கல் கூட்டம் அவர்களின் குடும்பத்தாரால் நடத்தப்படுகிறது. உங்களுக்கு நேரம் கிடைத்தால் வரவும். உங்களுக்குச் சொல்லவேண்டும் என்று தோன்றியது.

    இப்படிக்கு   உங்கள் வாசகன்

ஆனந்தகுமார் ஐசக்

அன்புள்ள பவாவுக்கு,

ஐயா வணக்கம் என் பெயர் சோமனா. கல்லூரி மாணவி. சென்னையில் B.A. English இரண்டாம் வருடம் படித்துவருகிறேன்.நான் நமது ‘வம்சி’ வெளியிட்ட ஷைலஜா அம்மாவின் அனேகப் புத்தகங்களை படித்துள்ளேன். அவை எனக்கு ஒரு வகையான எழுத்து நடையை கற்றுக் கொடுத்தது.ஆனால் சமீபத்தில் உங்கள் ‘நிலம்’ கதையை படித்தேன்.அதிலிருந்து நான் எழுத்து என்பது பல்வேறு வகைகளில் நம் எண்ணங்களை வெளிப்படுத்த உதவும் ஒரு கருவி.ஆகவே அவை எந்தவொரு நடையிலும் இருக்கலாம் என்பதைத் தெரிந்து கொண்டேன். இந்தக் கதையில் நீங்கள் பகிர்ந்துகொண்ட விஷயத்தில் எனக்கு மிகவும் பிடித்தவை நீங்கள் மிக எளிமையான மனிதர்களின் வாழ்க்கையை உள்ளடக்கியது. நான், நீங்கள், இயக்குனர் பாலுமகேந்திரா ஐயா உடனான நினைவுகளைச் சொல்லும் காணொலியை பார்த்தேன். அதில் நீங்கள் சொன்ன தகவல்களின் உணர்ச்சியை முழுவதுமாக நிலம் கதையில் அவரைப் பற்றிய பதிவில் உணர்ந்தேன். அவை என்னை இயக்குனர் இமயம் பற்றின பார்வையை மாற்றியது.நான் பெரும்பாலும் இந்தச் சமூகத்தில் அவருக்கு உண்டான பார்வையில் பார்த்தேன்.மேலும் நான் உங்கள் கதைகள் பெரும்பாலும் கேட்டிருக்கிறேன்.அதில் சில புத்தகம் இப்போது வாங்கிப் படிக்கத் துவங்கியுள்ளேன் ஐயா. நீங்கள் கதை சொல்லும் விதம் தான் அவைகளை என்னை வாசிக்கத் தூண்டியது அதற்கு நன்றி ஐயா.

சோமனா

அன்புள்ள பவாவுக்கு,

அன்புநிறை பவா அண்ணா ..

தாங்கள் அடிக்கடி சொல்வீர்கள் ..

ஒரு கதைசொல்லியாய் எனது நோக்கம் அந்த குறிப்பிட்ட புத்தகத்தை வாங்கிப் படிக்கச் செய்வது தான் என்று.!

அவ்வகையில் தங்களின் பெருங்கதையாடலாகிய இடக்கையை கேட்டு, உருகி,

மனமொன்றிப் படிக்க ஆரம்பித்தேன்.

முடிவில் எழுத்தாளர் எஸ்ரா அவர்களின் திறமையையும், அதை நீங்கள் சொன்ன விதத்தையும் கண்டு வியந்தேன்.

நான் உள்வாங்கிய கதையை..

தொகுப்பாக தங்களிடம் சமர்ப்பிப்பதில் பெருமகிழ்வும் கொள்கிறேன்.

படித்து, தங்களின் கருத்தைப் பகிர்வீர்கள் எனவும் எதிர்பார்க்கிறேன்!!

இடக்கை

336 பக்கங்கள்

தன்னை அதிமேதாவியாகக் கருதிக் கொண்டு வாழும் ..

ஓர் அடிமுட்டாளின் கையில் ஆட்சி அதிகாரம் கிடைத்து, அவனுக்கு ஆலோசனை சொல்லும் மந்திரியும் பூம்பூம் மாடாய் தலையசைத்து, கோமாளித்தனமாக முடிவுகளை சட்டமாக்கி, தேசத்தின் சொத்துக்களை நாசமாக்கி, மக்களின்

நலனை சற்றும் கூட சிந்திக்காமல் அரசாளும் ஒருவனால் நாடு என்ன பாடுபடும் என்பதை கண் முன்னே காட்சிகளாக விளக்கும் அதி உன்னத நாவல் தான் இது.

அதிகாரத்தைக் கைப்பற்ற..

ஒருவர் எப்படி எல்லாம் முனைகிறார், அதிகாரம் என்பது எவ்வளவு மோசமான போ(பா)தை என்பதையும் நாவல் முழுக்க சம்பவங்களாக விவரித்திருப்பது நம்மை அதிர்ச்சி கொள்ளவே செய்கிறது.

தன் தந்தையை வதைத்து, அதிகாரத்தை கைப்பற்றியவனாக.. குரூரத்தின் ஒட்டு மொத்த அடையாளமாகவே மாறி எதிரிகளை வதைப்பவனாக.. பெற்ற குழந்தைகளையும் கூட, எதிரியாக பாவிப்பவனாக.. எதிர்பார்ப்பற்ற அன்பை எதிர்கொண்டு அதுகுறித்து சிந்திப்பவனாக என மாமன்னர் ஔரங்கசீப்பின் வாழ்வியலை அழகுபட தொகுத்திருக்கிறார் எஸ்.ரா. அவர்கள்.

மரணம் என்பது..

ஜாதி, மத, இன, அதிகார, பொருளாதாரப் பாகுபாடின்றி எவருக்கும் சமமாய் வழங்கப்படுகிற இயற்கையின் நீதி என்பதை ஔரங்கசீப்பின் அந்திமக்கால புலம்பல்கள் மூலம் நிரூபித்திருப்பது அருமை.

அனார் எனும் அன்பு செலுத்தும் தாதி, மாசற்ற அன்பின் உருவாய் திருநங்கை இம்ரான் எனும் அஜ்யா, சூழலைத் தனக்குச் சாதகமாக்குவதன் மூலம் பொருளாதாரத்தின் உயரம் தொடும் சம்பு எனும் படகோட்டி என நம் மனதை ஆக்கிரமித்து அகல மறுக்கும் கதாபாத்திரங்கள்.

அந்தப்புரம் என்றாலே கிளுகிளுப்பான ஒன்று என்றே கருதும் பலருக்கும்.. அதற்குப்பின் உள்ள அவலங்களை துகிலுரித்தே காட்டுகிறார் எழுத்தாளர்.

அந்தப்புரத்தின் உள்ளே உள்ள படிநிலை அடுக்குகள், உணர்ச்சிகளுக்கு வடிகால் தேடி அலையும் பெண்கள், அதைத் தடுக்கும் அதிகார எல்லை, இவற்றை எல்லாம் பராமரிக்க மக்களின் வரியானது எப்படி எல்லாம் வீணாக செலவழிக்கப்படுகிறது, என்றாவது நுகரப்படுவோமா..

இல்லையா என்பது தெரியாமலேயே தினமும் தன்னை அலங்கரித்துக் கொள்ளும் மலர்களாய் அழகுப் பதுமைகள்,

வன்மம், கோபம், பொறாமை, இரக்கம் என பல்நிலை குணாதிசயம் கொண்ட பெண்களை வலம் வரவும் செய்திருக்கிறார் ஆசிரியர். சபாஷ் எஸ்.ரா.

கதையின் மையம் தூமகேது என்னும் எளிய மனிதனைச் சுற்றியே பின்னப்பட்டிருக்கிறது.

சத்கர் எனும் நகரில் வசிக்கும் சுகாதாரத் தொழிலைச் செய்கின்ற இனத்தைச் சார்ந்த ஆட்டுத்தோலை சுத்தப்படுத்தித் தரும் தொழிலைச் செய்து வருபவன்தான் தூமகேது.

மன்னர் ஔரங்கசீப் இறக்கும் போது, முத்து, பவளம், வைரம் பல கொண்ட புதையல் இருக்கும் வரைபடத்தை ஆட்டுத் தோலில் குறித்து வைத்து..

எவர் மூலமோ, எவரிடமோ சேர்ப்பிக்கச் சொன்னதாக கிளம்பும் வதந்தியும், இல்லாத ஒன்றைக் கண்டு அடைய அதிகார வர்க்கத்தில் உள்ள ஒவ்வொருவரும் சாமானியர்களை எவ்வாறெல்லாம் வதைக்கிறார்கள் என்பதுதான் கதையின் கரு.

மக்கள் ஆரோக்கியமாய் வசிக்க ஆதாரமான.. நகரின் சுத்தத்தைப் பேணும் சுகாதாரப் பணியாளர்களின் வாழ்வினை, எவ்வளவு நாற்றம் கொண்டதாய் இந்த அரசு காலம் காலமாய் வைத்திருக்கிறது என்பதையும், அரசே மாற்ற நினைத்தாலும்..

அதிகார வர்க்கத்தின் நிழலில் சுகம் காணும் உயர்சாதி மனிதர்கள் அதை செயல்படுத்த விடாமல் எவ்வாறு தடுத்துக் கொண்டிருக்கிறார்கள் என்பதையும் சுட்டிக்காட்டத் தவறவில்லை இந்த நாவல்.

உண்மையை நிரூபிக்கத்தான் சாட்சி தேவையே ஒழிய.. குற்றம் சாட்டத் தேவை இல்லை.

அதிகார வர்க்கம் நினைத்தால்.. தனக்குப் பிடிக்காத எவர் மீதும் குற்றம் சாட்டி , அவர்களை வதைத்து, இரும்புக்கரம் கொண்டு எவரையும் ஒடுக்க முடியும் என்பதற்குச் சான்றாக பல சம்பவங்களை வலியுடன் பகிர்ந்திருக்கிறார் .

அதிமேதாவியாக தன்னைக் கருதிக்கொள்ளும் அடிமுட்டாள் தான் பிஷாடன் எனும் சத்கர் நாட்டின் அரசன்.

அவனது கோமாளித்தனமான ஆட்சிமுறை, கிறுக்குத்தனமான உத்தரவுகள், மக்களை நலன் குறித்து கிஞ்சித்தும் சிந்திக்காத சட்டங்கள், தன் சுயநலத்துக்காக ரெமியஸ் எனும் அயல்நாட்டு வணிகனை நாட்டிற்குள் அனுமதித்ததோடு அல்லாமல், அவனுக்கு அதிகாரத்தையும், செல்வத்தையும் வாரி இறைத்து, அரசையும் பலி கொடுக்கும் அவலத்தைப் படிக்கும்போது..

இன்றிருக்கும் அரசுகளும், கார்ப்பரேட்டுகளும் மின்னலாய் தோன்றி மறைவதை தவிர்க்க முடியவில்லை.

பசியின் கொடுமை எவ்வளவு கொடியது என்பதை.. தூமகேதுவின் மனைவி நளா மற்றும் அவர்களது குழந்தைகளின் மூலம் விவரிப்பது நம் கண்களைக் குளமாக்குகிறது.

எளிய மனிதர்கள் தங்களின் அன்றாடங்களுக்காக மன்றாடும் போது, அதே சமூகத்தில் பலரும் நுகர்வின் உச்சத்தை அனுபவிப்பது எவ்வளவு பேதைமை என்கிற உண்மையும் சுடுகிறது.

காலா எனும் திறந்தவெளி சிறைச்சாலையும், அதில் நீதிக்காகக் காத்திருக்கும் ஆயிரக்கணக்கான மனிதர்களும், சிறைக்குள்ளும் காக்கப்படும் சாதிப் பாகுபாடுகளும் என அதிகாரத்தின் இருண்ட பக்கங்களை வெளிச்சம் போட்டுக் காட்டுவது மனதைப் பிசையவே செய்கிறது.

பகதூர்ஷா ஆட்சிக்காலத்தில் நடைபெற்ற அந்த மதக்கலவரத்தில் கொல்லப்பட்ட இருபதாயிரத்துக்கும் மேற்பட்ட சாமானியர்கள் மூலம்..

நம் முன்னே உள்ள ஏதோ ஓர் அபாயத்தையும் ஆசிரியர் சுட்டிக்காட்ட தவறவில்லை.

ஆட்சி மாறினாலும், கர்ட்சிகள் மாறுவதில்லை என்பது போல் ஆங்கிலேய ஆட்சிக்காலத்திலும் மாறாத நெகிலி எனும் பகுதியும், அதில் வசிக்கும் ஒடுக்கப்பட்ட சாமர் இன மக்களின் அவலநிலையும் இன்றும் தொடர்வது அவலத்தின் உச்சம்.

வாடிப்போய் கீழே கிடந்த சாமந்தி மாலையை, எவரும் பார்க்காமல் அணிந்து ஆனந்தப்பட்ட ஒரே காரணத்துக்காக.. அடித்து, கல் கொண்டு எறிந்து, நாய் பீயைக் கரைத்து வாயில் ஊற்றி , செருப்பு மாலை அணிவித்து சாமர் இனத்தைச் சார்ந்த தூமகேதுவை துன்புறுத்தும் அந்த நிகழ்வு ஒட்டு மொத்த மனித இனத்தின் மீதே வெறுப்பை ஏற்படுத்தத் தவறவில்லை.

கதையின் முடிவில்..

தன் குடும்பத்தைத் தேடி அலைந்து, நைந்து போய், வாழ்வின் அத்தனை அவலங்களையும் அனுபவித்த மனிதனாக தூமகேது சாலை ஓரம் பிச்சை எடுக்கும்போது.. எவரோ தூக்கி எறிந்த சாமந்தி மாலையை அணிந்து கொண்டும், பிச்சைக்காரன் ஒருவன் அன்பளிப்பாகக் கொடுத்த ஔரங்கசீப்பின் குல்லாயை அணிந்து கொண்டும், தன் மனைவி நளாவிடம் காட்டி மகிழ தூமகேது ஆசைப்படும் அந்த தருணத்தில் நம் கண்களில் கண்ணீரும்..

ஆசிரியர் கண்களில் இந்தியாவின் முதுகெலும்பாகிய மத நல்லிணக்கமும் , ஒடுக்கப்பட்டவர்களுக்கும் கிடைக்கும் அங்கீகாரமும் ஒருங்கே வெளிப்படுகின்றன.

பெரும் செல்வந்தரின் மனைவியாய் இருந்தும்.. பால் கறக்க வரும் வேலையாளிடம் கூடும் பெண், வேசைத் தொழில் மூலம் ஆயிரம் ஆண்களிடம் படுக்கையைப் பகிர்ந்த போதும் கிலேசமடையாத பேரழகி குலாபி , தன் அழகை தனக்கே அறிமுகம் செய்யும் குடிகார ஓவியனிடம் தன்னை இழந்ததோடு, எல்லவாற்றையும் தூக்கி எறிந்து அவன் பின்னாலே செல்வது, கணவன் உடன் இல்லாவிட்டாலும், தன் குழந்தைகளுக்காக அத்தனை துன்பங்களையும் ஏற்று வாழும் நளா, தன் மன உணர்வுகளை உள்ளபடியே வெளிப்படுத்த முடியாமல் வாழ்வோடு போராடும் அஜ்யா, எவராலும் அங்கீகரிக்கப்படாத இரண்டரை அடி உள்ள தன்னை.. எவனாவது கற்பழித்துக்கூட விட மாட்டானா என உணர்வுகளோடு இறைஞ்சிக் கதறும் காதம்பரி, ஔரங்கசீப்பையும் அன்பால் மயங்கச் செய்த உதய்பூரி மகால், பேதம் ஏதுமின்றி, எவரும் சமம் என அற்புதமான வாழ்வு வாழும் ஜோயா எனும் கிராமத்தில்..

தூமகேதுவின் மீது எதிர்பார்ப்பற்ற அன்பைப் பொழியும் பெண் என பெண்களைக் கொண்டாடுவதும், அவர்களின் அவலங்களையும், நுண்உணர்வுகளையும் அப்படியே வெளிப்படுத்தவும் செய்திருக்கிறார் ஆசிரியர் திரு. எஸ்.ராமகிருஷ்ணன் அவர்கள்.

சுருங்கச் சொல்வதானால் ..

400 ஆண்டுகளுக்கு முன்பிருந்த பாரதத்தை வலம் வர நீங்கள் விரும்பினால், இந்தப் புத்தகத்தை வாங்கிப் படியுங்கள். புதைந்து போவீர்கள்.

உங்களின் விரல் பிடித்து அழைத்துச் செல்ல ஆயத்தமாய்..

தமிழ்
எழுத்தாளர்

அன்பார்ந்த தோழர் பவா செல்லத்துரை அவர்களுக்கு, ஒவ்வொரு முறையும் ஒரு புத்தகத்தைப் படித்து முடித்த பின்பு, வேறொரு எழுத்தாளரின் நூலை கையில் எடுக்க ஒரு வித தயக்கம் வரும். சமீபத்தில், அது போன்று தமிழகத்தில் துவங்கி நம் வட இந்தியாவில் நிறைவு பெறும் சுஜாதாவின் ‘ரத்தம் ஒரே நிறம்’ முடித்தபோது தடுமாறினேன். பிறகு, கடந்த 15 ஆண்டுகளுக்கும் மேலாக என் தனிப்பட்ட நூலகத்தில் உள்ள ரபீந்திரநாத் தாகூர் அவர்களின் (Gora) எனும் நூலை படித்து முடிப்பது என முடிவு செய்து கையில் எடுத்தேன். September-இல் தொடங்கி December-இல் அப்பெரியவர் எழுதிய 705 பக்கங்களைப் படித்து முடித்தேன். ஒரு வங்காள இலக்கியப் படைப்பினை french மொழியில் படித்து, பல வார்த்தைகளுக்கு அர்த்தம் உணர dictionnary உதவிதனை நாடினேன். சில நேரம், வார்த்தைகளைப் புரியாவிடினும் ஆர்வக்கோளாறில் அதனைத் தாண்டிச் சென்றேன். கடந்த காலத்தில், மூன்று முறை, கல்கத்தா சென்று வந்துள்ளதால்,

வங்காள தேசத்தினரின் எளிமையும், அறிவுக்கூர்மையும் என்னை எப்போதுமே ஈர்த்துள்ளன, மிக நெருக்கமாக உணர்ந்து இருக்கிறேன். அப்பெரும் படைப்பாளியால் 1907ம் ஆண்டு எழுதப் பெற்ற காவியம், இன்றும் படிக்கையில், நேற்று Calcutta-வில் நடந்தது போல் உள்ளது. Gora வைப் படித்து முடித்த போது, ஓர் அற்புதமான சாந்த நிலைதனையும், எளிமை, பணிவு, வாய்மையே வெல்லும் என்பதனையும் உணர முடிந்தது! இப்போது, மீண்டும்

அதே கேள்வி எழுந்தது, இனி எந்தப் புத்தகம்தனை கைகளில் ஏந்துவது? திரும்பவும், நம் ரபீந்திரநாத் தாகூரின் 'Le Vagabond ' எனும் நூலின் முன்னுரையில் மனம் நிலை கொள்ள மறுத்தது. 31 டிசம்பர் 2021, இரவு, உங்களின் 'மேய்ப்பர்கள்' மேய முற்பட்டேன். இதிலும், முன்னுரை என் புரிதலுக்கு சற்றுக் கடினமாக இருந்தது. இரண்டு நாள் கழித்து, மீண்டும் தொடர்ந்த போது, அதனை கீழே வைக்க மனம் விரும்பவில்லை. இரவு 03.30 மணி வரை தங்களின் 'மேய்ப்பர்கள்' என்னை ஆட்கொண்டார்கள். அதிகாலை 04.30 மணி அளவில் உறங்கிப்போனேன்! எந்த நூலானாலும், என்னை ஆழமாகத் தொடும் சிலப் பகுதிகளை முன்பெல்லாம் குறிப்பு எடுத்து வைத்துக்கொள்வேன். இப்போது, அப் பக்கங்களை photo எடுத்து என் கணினியில் பத்திரப்படுத்துகின்றேன். ஆனால், மேய்ப்பர்களில் எந்த வரிகளை அடிக்கோடிடுவது , எதனை விடுவது ? சாத்தியமே இல்லை! நான் இதுவரை அறிந்திராத, உன்னத மனிதர்கள் பலர், 'மேய்ப்பர்களில்' எல்லா பக்கங்களும் முக்கியம் வாய்ந்தவை. கதை சொல்பவர்களின் ஊடே அவருடன் பக்கம், பக்கமாக பயணித்திருந்த என் போன்றவர்களுக்கு, அந்தக் கதைகளை நம் தமிழ் சமூகத்திற்கும், உலகத்திற்கும் தந்த மாபெரும் மனிதர்களின் வாழ்வு நிலைதனை அறிந்ததில்லை! உங்களின் இந்த நூல்.

பெட்டிக்கடை வைத்திருந்த மாமனிதன் மேலாண்மை பொன்னுசாமியையும், அவரது பார்வையையும், படைப்புகளையும் புரிந்துகொள்ள பெரும் உதவியாக இருந்தது. 'கந்தர்வனில்', என் போன்று தான் இழந்த வாழ்க்கை எண்ணி, அவை தரும் வலிகளையும் உணர்ந்தேன். எளிமை 'வலிமை' வாய்ந்தது என்பதனை நாம் நம் வரலாற்று காந்தியிடம் காண முடிந்தது, நான் என் வாழ்வினில் மூன்று முறை கல்கத்தா சென்றபோது, நேரில் கண்டு, ஒரு சில வார்த்தைகள் பேச முடிந்த 'அன்னை தெரேசாவிடம்' அவர் தம் எல்லைகளற்ற 'பேரன்பில்', ஆசியில் உணர முடிந்தது. உன்னத உயரம் தொட்ட அய்யா அப்துல் கலாம் அவர்களிடமும், இன்றும் தன் வாழ்வின் கொள்கையில் நிலைத்து நிற்கும் ஒரு நூற்றாண்டை நெருங்கும் அய்யா

நல்லகண்ணு அவர்களிடமும், இவர்கள் போன்று தங்கள் 'மேய்ப்பர்களில்' ஒருவரான என்.நன்மாறன் மற்றும் தமிழ்நாட்டில் (கோட்டக்குப்பதில்) 'அரிசி'க்கடை வைத்து அறம் சார்ந்து வாழும் என் ஒன்று விட்ட சகோதரன் ஜெயகுமாரிடம், இன்னும்இன்றும் நான் சிறு வயது முதல் 'அண்ணன்' என்று அழைத்து நினைவு கூறும் என் மதிப்பிற்குரிய ஒய்வு பெற்ற ஆசிரியர் சேதுராமலிங்கம் (அம்பத்தூர்) அவர்களிடமும் காண முடிகின்றது : எளிமையின் உன்னத உள் அழகினை! 1995/1997 என் ஒன்று விட்ட அண்ணன் வீராங்கன் அவர்கள் மூலம், புதுவையில் அவர் வீட்டில், முதன் முதலாக நான் 'செம்மலரை' அவர்களிடம் இருந்து பெற்றுக்கொண்டேன். அதுவரையில், பலர் போன்று ஆனந்த விகடன், எழுத்தாளர்கள் சுஜாதா, பாலகுமாரனை மட்டுமே வாசித்து கொண்டிருந்தவன் 'முற்போக்கு' எழுத்தாளர்களின் வசம் சென்று அடைந்தேன். மேலாண்மை பொன்னுசாமி அய்யா, கந்தர்வன் போன்ற பெரும் எழுத்தாளர்களை கண்டு எடுத்தேன்.எழில் வரதன் கதை சொல்லும் விதம் மிகவும் அலாதியானது! மேலாண்மை பொன்னுசாமி அய்யாவின் 'ஒரு மாலை பூத்து வரும்' 'சிபிகள்' 'மனப்பூ' போன்ற படைப்புக்கள் இன்றுவரை என் 'மனிதம்' என்னிடம் இருந்து விலகாமல் பார்த்துக் கொள்கின்றன. இவர் எழுதும் விதமும், கையாளும் சொற்களும் ஆழமானவை. திரு கந்தர்வனின் கதை ஒன்று என்னை மிகவும் புரட்டிப் போட்டது. அப்படைப்பின் பெயர் ஞாபகம் இல்லை, ஆனால், கதையின் கரு இன்னும் என் நினைவில் உள்ளது : 'ஒரு பலசாலி கயிறு கட்டி பனை மரம் ஒன்றை தன் புஜ பலத்தால் இழுத்து சாய்த்த பின்பு, வேடிக்கைப் பார்க்க வந்த மனிதர்களிடம் கை ஏந்தி நிற்கும் ஏழ்மையின் அவலம் என்னைக் கலங்கடித்தது!' காசிக்கு செல்வதை விட ஓர் எழுத்தாளனின் இறுதிச்சடங்கில் பங்கேற்பது புண்ணியம். திரு கந்தர்வன் அவர்களின் இறுதி யாத்திரையில், அந்த பாக்கியம் உங்களுக்கு கிடைத்துள்ளது! திருவண்ணாமலை சித்தரை தேடியும், பவுர்ணமியில் கிரிவலம் வரவும் பலர் வருவார்கள் என்று கேள்விப்பட்டிருக்கிறேன், ஆளுமை வாய்ந்த பாலுமகேந்திரா, பி.சி.ஸ்ரீராம், மிஷ்கின், ராம், சா.கந்தசாமி, மேலாண்மை பொன்னுசாமி, என் பூர்வீக நிலத்தின் பிரபஞ்சன் என்று பலரும் தங்களிடம் 'பகிர்ந்து

கொள்ள' என்று பல தகவல்களோடு உங்களை நாடி வந்தது எப்படி? தங்களைத் தேடி 'உலகம்' முழுதும் உள்ள என் போன்று பலர் வருவது எப்படி சாத்தியமானது? என்ன வசீகரம் உள்ளது உங்களிடம்? கரிய நிற மனிதன் ஒருவனை, அவனது மனித நேயம் எனும் இப்பிரபஞ்ச ஷக்தியினை, எளிமைதனை நோக்கி மனிதர்கள் ஈர்க்கப்படுவதில் என்ன வியப்பு இருக்க முடியும்! வலிகள் அற்ற வாழ்க்கை இங்கு இல்லை என்பதனை உணர்ந்தவன் நான். இருப்பினும், என் மனித வாழ்வின் சிரமங்கள், துயரங்கள், ஏமாற்றங்கள், இழப்புகள், பட்ட அவமானங்களை எண்ணி எனக்குள் மருகிக்கொண்டு இருந்த எனக்கு, நம் 'மேய்ப்பர்கள்' கடந்து வந்த பாதைகளை படித்து 'உணர்ந்த' போது, எனக்கு நேர்ந்தவையெல்லாம் ஒன்றுமே இல்லை என்றாகிப் போனது. திரு அன்புராஜ் போன்றோர் சிறையில் அனுபவித்த எண்ணில் அடங்கா சித்திரவதைகளை, அவர்கள் இடத்தில் நான் இருந்திருந்தால் நிச்சயம் இறந்து போய் இருப்பேன். அவர்களுக்கு இருந்த மன உறுதி என்னிடம் இருந்திருக்க வாய்ப்பில்லை. இந்த உலகில், எந்த நாடாகினும் அங்கு இராணுவம் நுழையும் போது, ஆண்கள் கொல்லப்படுகிறார்கள், வயது வித்தியாசம் இன்றி பெண்கள் சீரழிக்கப் படுகின்றார்கள், பிள்ளைகள் அனாதைகளாக, யுத்தங்களின் கோரங்களை மனதில் இருந்து விலக்கிட இயலாமல் சித்தம் கலங்கி பல நாடுகளிலும் ஆதரவின்றி அகதிகளாக அலைகின்றனர். யுத்தம் என்பது இன்று வரையில் மனிதர்களின் வெறித்தனமான பொருளீட்டல் தேடுதல் மற்றும் அரசியல் பொருளாதார திட்டங்களை சார்ந்தது. இன்றும், துருக்கி, ரஷ்ய, சீன நாட்டின் அதிபர்கள் இதனையே மேற்கொள்கின்றனர்! நம் தேசத்தில் சிறைகளும், கீழ்ப்பாக்க மனநல (!) நிலையங்களும் மிகவும் கொடூரமானவை. நம் மண்ணிலும், வீரப்பனின் வேட்டை என்னும் பெயரில் இது போன்ற மிருகத்தனமான செயல்களும் நடந்தன.

இரண்டு கேள்விகள் என் மனதில் எழுந்துள்ளது. இது போன்ற வேட்டைக்குச் செல்லும் ஒருவனுக்கு எப்படி தன் வீட்டில் உள்ள தாய், சகோதரி, மனைவி, தன் பெண் பிள்ளைகளின் முகம் மறந்து போகின்றது? தன் உடல், மனம் அளவில் பெரும் பாதிப்பிற்குள்ளாகும் பெண்களால் எப்படி

பல மாதங்கள் தான் விரும்பாத ஒரு கருவை சுமந்து, உயிர் போகும் பிரசவ வலிதனை பொறுத்து, மண்ணில் வந்து விழும் அந்த உயிரினை காலம் முழுதும் காத்து கரை ஏற்ற முடிகின்றது? அன்னை தெரேசா அவர்களின் இல்லங்களில் (பல நாடுகளில்) இவர்கள் போன்ற பாதிக்கப்பட்ட பெண்களுக்கு அடைக்கலம் தந்து, வாழ வழிதனைக் காட்டியதனை அறிந்திருக்கிறேன். ஆனால், இப்போது தான் இனம் கண்டு கொண்டேன் நம் வி.பி.குணசேகரன் எனும் தாமரைக்கரைத் தோழரை! திரையில் நாம் காணும் ஆஜானுபாகுவான, வீரமான வேலயாவின் சமூகத்தின் தாதி என்னும் இன்னொரு முகம் கண்டறிய முடிந்தது. என் போன்று, செய்யாத தவறுக்கு சிலுவை சுமக்கும் தோழர் காளிதாஸ் (என் பிரச்சனை குடும்ப சூழல் சார்ந்தது, பொருளாதார திருட்டு பட்டம் அன்று). லௌகீக வெற்றிகள் பற்றி எண்ணாமல், எளிமையாக வாழ விரும்பும் என் போன்றவருக்கு, ஒரு சில குடும்ப அங்கத்தினரும், சமூகமும் கொடுக்கும் பட்டம் 'பிழைக்கத் தெரியாதவன்' என்பது. என் அளவிலும், இது போன்ற விமர்சனங்கள் அர்த்தமற்றவைகள் ஆகின்றன! 20 வருடங்களுக்கு முன்பு, இங்கு, பாரீஸில், ரமேஷ் எனும் இலங்கைத் தமிழர் ஒருவருடன் மொழிபெயர்ப்புத் தளத்தில் இயங்கிய போது, அகதிகளாக வந்து அடைந்த, அடையும் பல இலங்கை தமிழர்களை சந்திக்க இயன்றது. பலரது வாழ்வின் வழி தடங்கல் எப்படியெல்லாம் மாறிப்போகின்றன என்பதனை உணர முடிந்தது. அடைக்கலம் வேண்டி வந்து, பின்பு, இங்கு அவர்கள் வாழும் நெறிகள் அற்ற, நேர்மையற்ற, கண்மூடித்தனமான தெய்வ நம்பிக்கைகளும் அதன் வழிபாடுகளும், வியாபார யுத்திகளும், அதனை தக்க வைத்துக்கொள்ள வன்முறைகள், கட்ட பஞ்சாயத்து எனும் திசை திரும்பும் இவர்களின் வாழ்க்கைப் பயணத்தினை கண்டு எரிச்சல் அடைந்திருக்கிறேன். அந்தக் காலகட்டத்தில், இந்தக் கூட்டத்தில் எழுத்தாளர் ஷோபா ஷக்தியை, அவரது தனித்தன்மையுடன் என்னால் இனம் கண்டு கொள்ள முடிந்தது. ஒரு சில சமயங்களில் ஒரு சில வார்த்தைகள் பரிமாறிக் கொண்டிருக்கிறேன். அவரது 'விலங்கு பண்ணை' கதை தனை தேர்வு செய்து நீங்கள் 'கதைசொல்லியாக' மாறியதை அறிந்த போது வியப்பில் ஆழ்ந்தேன்! எங்கோ உங்களையும்

என்னையும் பின்னாளில் இணைக்கப் போகும் கோலத்தின் முதல் புள்ளி அங்கே வைக்க பட்டுள்ளது. இலங்கைத் தமிழர்களின் மொழி, தமிழ் கலாச்சாரப் பற்று, இலக்கிய ஆர்வங்கள் என்றென்றும் போற்றப்பட வேண்டிய ஒன்று. ஆனால், இந்த முனைப்பு, புதுவையில் இருந்து வந்து இங்கு வாழும் தமிழ் பேசும் மனிதர்களிடம் இல்லாமல் போனது துரதிஷ்டவசமானது. 90களில் 'ஞாநி'யின் கூர்மையான அறிவும் எழுத்தும் (குறிப்பாக அவரது தவிப்பு எனும் நாவல்), என் போன்று பாரதியின் மீதான அவரது பிடிப்பும் எங்களை இணைத்தன. 2013ல், இங்கு, எங்கள் வாடகை வீட்டில் அவர் வந்து ஒரு வார காலம் தங்கிச் சென்றபோது, அவர்களுடன் பரிமாறிக்கொண்ட என்னுடைய பல சிந்தனைகள், மனித குலம் பற்றிய உண்மையான, உன்னதமான அவரது 'தவிப்புகள்', அவருடன் நடந்து சென்ற கிராமத்துப் பாதைகள், எங்கள் பிள்ளைகளுடன் அவர் குழந்தை போல் விளையாடியது, பாடியது போன்ற சந்தோஷமான நினைவலைகள்! 10 வருடங்களுக்கு முன்பு, என் மகன் ஸ்ரீராமனுக்கு வயது 7. என் மகள் ஷக்திக்கு வயது 3. வாரம் இரண்டு அல்லது மூன்று முறையாவது, அவர்களுடன் இங்குள்ள french நூலகத்திற்கு செல்வது எங்களுக்கு மிகவும் பிடித்தமான ஒரு வழக்கமாக இருந்தது. அப்படி ஒரு முறை அங்கு சென்றபோது, என் மகன் என்னிடம் தான் படிப்பதற்கு ஏதாவது ஒரு புத்தகம் பரிந்துரைக்க வேண்டும் என்றான். அப்போது நான் Karl Marx படித்துப் பார், உனக்கு நிச்சயம் பிடிக்கும் என்றேன். அது ஒரு சிறுவயது பிள்ளைகளுக்குண்டான Karl Marx நூல். படித்துப் பார்த்து விட்டு மிகவும் அற்புதமான நூல் என்றான். முதன் முறையாக நானும் Karl Marx-சை என் கைகளில் ஏந்தினேன். இரண்டு வருடங்களுக்கு முன்பு, தன் ஆசிரியர் ஒருவரிடம் Karl Marx பற்றி பேசி பாராட்டுகளைப் பெற்றான். என் அளவில், இன்னும் நம் மஹாத்மாவின் 'சத்ய சோதனைதனை' ஒரு குறிப்பிட்ட பக்கங்களுக்கு மேல் தாண்டி வர முடியவில்லை. நம் பிரபஞ்சனின் 'மகா நதியில்' வரும் மாமனிதன் ஒருவனை புரட்டி போட்டது போல், எங்கே என்னையும், என் வாழ்வுதனையும் இந்த நூல் புரட்டிப் போட்டுவிடுமோ என்ற என் உள்மனதின் ஐயமாக கூட இருக்கலாம். அதே போன்று, Karl Marx-ன் வரலாறும், அவர்

இயற்றிய 'மூலதனம்' படித்து அறிந்திட ஆவல் உள்ளது. என் அளவில் அவற்றைப் புரிந்துகொள்ள எளிமையான மொழிபெயர்ப்பு நூலினை தேடுகின்றேன். ஜெர்மனியில் பிறந்து வளர்ந்த ஒரு மேதையின் சிந்தனைகள், நம் தமிழ் நாடு வரையில் பலரது உன்னத 'சிவப்பு' உணர்வுகளாக மாறிப்போனதும், இவ்வுலகம் முழுவதும் உள்ள பலரது வாழ்கையின் குறிக்கோள்களாக மாறிப்போனதும் வியக்கத்தக்க ஒன்று! இம்மாதம் 06ஆம் தேதி, இரவு, தங்களின் 'மேய்ப்பர்களிடம்' இருந்து விடைபெற மனமில்லாமல் உறங்கி போனேன். அடுத்து, உடனடியாக, அதன் தொடர்ச்சியாக 'நட்சத்திரங்களை'க் காண விழைந்தேன். பிரபஞ்சனின் முன்னுரை படித்த முடித்த தருணம், என் மகனிடம் நான் வாங்கி வரச்சொல்லியிருந்த ஜப்பானிய எழுத்தாளரான HARUKI MURAKAMI; The Elephant Vanishes (french மொழிபெயர்ப்பு) உள்ளே நுழைந்து தன் துதிக்கையால் என்னைத் தற்போது தன் வசம் கொண்டுவிட்டது.

நிச்சயம், திரும்பி வருவேன், கருவறையில் நட்சத்திரங்களின் நாயகனான 'ஆதவனை' அவனது தரிசனம்தனை காண்பதற்கு, அவனது ஒளியினை உள் வாங்கிக் கொள்வதற்கு!

தோழமையுடன்,

ஸ்ரீதர் பிரான்ஸ்

அன்புள்ள பவாவுக்கு,

அன்புள்ள ஆனந்தகுமார் அவர்களுக்கு பவா அவர்களின் பெரும்கதையாடல் நிகழ்வின் காரணமாக தங்களையும், தங்களது சத் தர்சனையும் அறிந்தேன். கதையாடல் நிகழ்வில் கலந்துகொள்ள குடும்பத்துடன் திருச்சியில் இருந்து ஆனைக்கட்டி வழியாக சத் தர்சனை அடைந்தோம். அமைதியான சூழலில் எளிமையான தங்குமிடம் அங்குஇருந்து சிறுவனத்தினூடே நடந்தால் சலசலத்து ஓடும் சிறுவாணி ஆறு என்று பார்க்குமிடம் எல்லாம் ரம்மியமாக இருந்தது. குறிப்பாக எங்களது குழந்தைகள் தமிழினி,பிரியன் மிகவும் ரசித்தார்கள் ஆற்றில் கண்கள் சிவக்க,சிவக்க ஆட்டம் போட்டார்கள். குளித்துவிட்டு வந்தவுடன் தேநீர் வரவேற்றது. நண்பர்கள் ஒருவர் இருவராக வந்து சேரத் துவங்கினார்கள். இந்த நிகழ்ச்சி மூலம் தோழர் திரு அவர்களின் நட்பும் கிடைத்தது. நிகழ்ச்சி துவங்கும் போது சுமார் 150 நண்பர்கள் குழுமியிருந்தனர்.இருள் பரவத்துவங்கியதும் அனைவரும் மௌனமாக மின்மினிப் பூச்சிகளின் வருகைக்காக அமைதியாகக் காத்திருந்தோம். பூச்சிகள் மினுக்கத் துவங்கின. சில நிமிடத்தில் எங்களைச் சுற்றி அனைத்து திசைகளிலும் ஒளியைப் பரப்பியபடி பறக்கத் துவங்கின. திரைப்படத்தில் மட்டுமே அத்தனை மின்மினிகளைப் பார்த்த எனக்கு ஆயிரக்கணக்கான மின்மினிகளின் ஒளிச் சிமிட்டல்களைக் கண்டதும் என்னை அறியாமல் சந்தோச நிலை என்னுள் பரவத் துவங்கியது. வேறு சிந்தனைகள் இல்லாது ஒளியை

மட்டுமே ரசிக்கத் துவங்கினேன். அந்த மனநிலையில் பவா அவர்களின் கதையாடல் நிகழ்விற்கு வந்து சேர்ந்தேன். அவர் கதைகள் சொல்ல, சொல்ல கதைகளில் கரைந்து போனேன் ‘முருங்கை மரம்’ கதை சொல்லும் போது எனது வீட்டில் நடப்பது போலத் தோன்றியது. அதில் வந்த கதை மாந்தர்களாக எனது குடும்பத்தார்கள் உலா வந்தனர். ‘தன்னை நிரூபித்தல்’, ‘வெறும் நாய்’, ‘அவமானம்’ ஆகிய கதைகளும் மனதை கனக்கச் செய்தன. பெருங்கதையாடல் நிகழ்வை சிறப்பாக ஏற்பாடு செய்த ஆனந்தகுமார் அவர்களுக்கு நன்றி. அவருக்கு உறுதுணையாக இருந்த அனைத்துத் தோழர்களுக்கும் நன்றி. பவா அவர்களுக்கும் கலந்துகொண்டு சிறப்பித்த நண்பர்களுக்கும் நன்றியினை தெரிவித்துக்கொள்கிறேன்.

மணிவண்ணன் ராஜா

அன்புள்ள பவாவுக்கு,

கலைஞர் கருணாநிதி ஒருமுறை கடந்துபோனார். பார்க்க வாஞ்சை கொண்டதில்லை. என் 16 வயதில் M.G.R. வந்திருந்தார். பார்க்க விருப்பமில்லை.

செல்வி ஜெயலலிதா என் ஊருக்கே பிரசாரத்திற்கு வந்திருந்தார். மெழுகில் செய்த பொம்மையாய் ஜொலிக்கிறார் என்றார்கள். எட்டிக்கூட பார்க்க எண்ணமில்லை.

நான் 2008ல் கூடுவாஞ்சேரியில் தற்போதைய CM கீழே இறங்கி நடந்தார். அவரை நானும், என்னை அவரும் கடந்து சென்றோம். ஆச்சரியமாய் நோக்கியதில்லை. ஏனோ என்னில் அவர்களைப் பார்க்க வேண்டுமென்ற அப்படியொரு எண்ணம் எழாமலே போனது. அய்யா பவாவின் குரலைக் கேட்டு, மயங்கி, என்னில் உள்ள என்னை அறிந்துகொண்டேன். என் மனிதத்தை, மாண்பை, மற்றவரை நேசிக்கும் பண்பை அவரின் வாயிலாகவே அறிந்துகொண்டேன். இனம்புரியா வலியை, விரக்தியை சோகத்தை, சொல்லவும் முடியாமல், நெஞ்சில் இறுத்திக்கொள்ளவும் முடியாத கனத்தை அவரின் கதைகளைக் கொண்டே தூக்கி எறிய முடிந்தது. இப்போது நான் தென்றல்; மலர், ரோஜாவின் மீதுள்ள பனித்துளி; மற்றவர்களை அன்பால் மயங்க வைக்கும் மந்திரச் சொல். இப்படி செய்த அய்யா பவாவைப் பார்க்கத்தான் துடித்தேன். அவரை இன்று 29.01.2022 பார்த்த தருணம் என் வாழ்வின் முதல் மகிழ்வு. அரை நூற்றாண்டு காலமாய் நுரைக்க நுரைக்க,

சப்தமிட்டுக் கொண்டு ஓடி வந்த என் வாழ்க்கை நதி அவராலே அமைதி கண்டது. எனவே அந்த மகாமேதையைக் கண்டதும் எண்ணிலடங்கா மகிழ்வெண்ணங்கள்: அவரைப் பார்த்துவிட்டு வந்தப் பிறகும் அவரது நினைவே மேலோங்கி நிற்கிறது. எழுத்தில் சொல்லிவிட முடியவில்லை. முடியாது. ஏனெனில் இது நீண்டநாள் ஆன்மாவின் ஏக்கம். நிறைவேறியதில் நிம்மதி. அவருக்கும், எனக்கும் ஏதோ இனம்புரியா பந்தம் இருப்பதாய் ஓர் உணர்வு. ஏனெனில் என் ஆன்மா அவரிடம்தான் அமைதி அடைகிறது. வளமுடனும், நலமுடனும் பூமியும், காற்றும், கடலும், விசும்பும், தீயும் உள்ளவரை அய்யாவும், அவர் குடும்பமும் இன்புற்று இருக்கும்.. மகிழ்வுடன்.

குப்புசாமி அருர்

அன்புள்ள பவாவுக்கு,

வணக்கம் தந்தையே! நான் அகரன். தற்காலிகமாக பிரான்ஸில் வசிக்கிறேன்.

உங்கள் குரல் வாழ்வின் ஆறுதல். எனக்கு 'இப்படி ஒரு மனிதனாக வாழவேண்டும்' என்று தோன்றும் உங்கள் வாழ்வு. உங்கள் குரலால், குளத்தின் அலைபோல் இருந்த வாசிப்பு கடல் அலைபோல் மாறிவிட்டிருக்கிறது. இதுவரை தந்தை என்ற வார்த்தையை என் உதடுகள் சொல்லியதில்லை. பிறந்த 6 மாதத்தில் என் தந்தையை பாக்கு நீரினைக்குள் வைத்து சிங்கள இராணுவம் சுட்டிருக்கும் என்றுதான் நினைக்கிறேன். உங்களைத் தந்தையே என்று அழைக்கத்தோன்றுகிறது. பாடல் கேட்பதைப்போன்று உங்கள் குரல் மாறிவிட்டிருக்கிறது. நன்றி. சிறக்க உங்கள் வாழ்வு! அன்புடன்

அகரன்.

நம்பிக்கையோடு காத்திருக்கும் நிமிடங்கள்

அன்புள்ள பவாவுக்கு,
நான் ப்ரீத்தி, சென்னை.

குழந்தை கருவாகி முதல் ஸ்கேன் பார்த்து கரு உறுதியாகவேண்டுமென்ற பதைபதைப்புத் தாங்கிய முந்தைய நாள் இரவு உங்களோடு பேசியிருந்தேன். அத்தனை நம்பிக்கையோடு சொன்னீர்கள். 'அதெல்லாம் நல்லா ஆரோக்கியமா பிறக்கும்னு'. மகன் திறல் பிறந்து ஒன்பது மாதங்கள். சிறப்பாக இருக்கிறார்.

தற்போது அப்பாவுக்கான முக்கிய மருத்துவ பரிசோதனைக்காக அதே பதைபதைப்போடு காத்திருக்கிறேன். மனுஷின் முகநூலில் தற்செயலாக உங்களது சன்டிவி காணொலி காணக் கிடைக்கிறது. பதட்டமான நேரங்களில் நமக்குத் தேவையான நாம் எதிர்பார்க்கிற ஏதோ ஒரு நம்பிக்கையை அந்நிமிடம் நம் கண்ணில் படுகிற சொல்லிலிருந்தோ, மனிதரிடமிருந்தோ, சூழலிலிருந்தோ தேடிக்கொள்வது மனித இயல்பு. இந்நேரத்தில் உங்களிடம் பேசவேண்டுமெனக் காலையிலிருந்தே நினைத்திருந்தேன். ஆனால் அழைக்கவில்லை. ஆயினும் முகநூலில் மிக இயல்பாய் உங்களது முகமும் குரலும் பார்க்கும்போது ஒரு நம்பிக்கை கிடைக்கிறது.

அப்பா நலமுடன் வருவார். பரிசோதனை முடிவுகளில் ஏதும் பெருஞ்சிக்கல்கள் இருக்காது என நம்புகிறேன்.

ப்ரீத்தி, சென்னை.

தீராக் காதல்...

அன்புள்ள பவாவுக்கு,

உங்கள் கதையாடல்களை 2016 சென்னை புத்தகக் கண்காட்சியில் இருந்து கேட்டுக் கொண்டு இருக்கிறேன். நான் முதுகலை தமிழ் படித்துக் கொண்டு இருக்கிறேன். அதற்கு முழு முதற் காரணம் தாங்கள் தான். நான் 12ஆம் வகுப்பு முடித்ததும் என்ன படிப்பது என்று தெரியவில்லை. ஆனால் சிறுவயதில் இருந்து தமிழ் மொழியின் மீதான ஆர்வம் இருந்து வந்தது. ஒரு வழியாக தமிழ் இளங்கலை கோவை அரசுக் கல்லூரியில் வீட்டின் பொருளாதார நிலை கருதி பகுதி நேர வேலை பார்த்துக் கொண்டே படித்தேன். ஏதோ ஒரு குரூப் தேர்வு தேர்ச்சி பெற்று பணியில் அமர வேண்டும் என்று தான் படிச்சேன். ஆனால் 2016ம் ஆண்டு கோவைப் புத்தகக் காட்சியில் நீங்கள் சொன்ன கதைகளைக் கேட்டதில் இருந்தது. நவீன இலக்கியத்தின் மீது தீராக் காதல் ஏற்பட்டது. அதுவரை பாடப் புத்தகங்கள் மட்டும் படிக்கும் பழக்கம் கொண்ட நான். தமிழ் இலக்கிய இதழ்களான உயிர்மை, உயிர் எழுத்து, காலச்சுவடு, இனிய உதயம், ஆனந்த விகடன் தடம் என்பதோடு மட்டுமல்லாமல் இந்த 4 வருடங்களில் சுமார் 150க்கும் மேற்பட்ட புத்தகங்களை வாசிக்க வைத்தது உங்கள் கதையாடல் மட்டுமே முழு முதற் காரணம் ஆகும். உங்களிடம் பேச வேண்டும் என்றும், முகநூல் வாயிலாக குறுஞ்செய்தி அனுப்ப வேண்டும் என்றும், உங்கள் கதையாடல்களை நேரில் கேட்க வேண்டும் என்றும் பல முறை முயற்சி செய்து இருக்கின்றேன்.ஆனால் ஏதோ

துர்பாக்கியம் அப்படி ஒரு வாய்ப்பு இளங்கலை முடிக்கும் வரை கிடைக்கவில்லை. நான் தற்போது பாரதிதாசன் பல்கலைக்கழகத்தில் முதுகலைத் தமிழ் முதலாமாண்டு படித்துக் கொண்டு இருக்கிறேன். இந்த முறை "அம்மா வந்தாள்" நேரில் கேட்க வர வேண்டும் என்று கிளம்பிய போது மழையின் காரணமாக வர முடியவில்லை. அதே போல் சென்னை புத்தகக் காட்சியில் உங்களை சந்தித்து பேச வேண்டும், ஆரத்தழுவிக் கொள்ள வேண்டும் என்ற ஆசை இருந்தது. நான் வந்த நாள் அன்று நீங்கள் புத்தகக் காட்சிக்கு வரவில்லை. இருந்தாலும் இதுவரை தங்களுடைய கதையாடல்களை மட்டும் கேட்டு வந்த நான் "வம்சி" அரங்கில் நீங்கள் எழுதிய "நிலம்" கட்டுரை தொகுப்பைக் மட்டுமே வாங்கிப் படித்தேன் . அதில் உங்கள் வாழ்வு, உங்கள் மீது அன்பு கொண்ட மனிதர்கள், நீங்கள் சந்தித்த பல மனிதர்கள் பற்றிய செய்திகள், இயக்குனர் பாலுமகேந்திரா பற்றிய கட்டுரை என அந்நூலில் உள்ள ஒவ்வொரு கட்டுரையும் என்னை மிகவும் தொந்தரவு செய்தது.உங்கள் நடை எந்த ஓர் இடத்திலும் வாசகனுக்கு சோர்வு ஏற்படும் படியாக இல்லாமல் மிக நேர்த்தியாக உள்ளது.ஆனால் தங்களை சென்னைப் புத்தகக் காட்சியில் சந்திக்க முடியாதது மன வருத்தமாகவே இருந்தது. நீங்கள் கூறிய கதைகள் நாவல்கள் என எதைக் கேட்டாலும் அதை கேட்ட உடன் வாங்கிப் படிக்கும் பழக்கம் கொண்டவன். அப்படி சுமித்ரா, யானை டாக்டர், இடக்கை, அம்மா வந்தாள், போன்ற சிறுகதை, நாவல்களும் நூல்களும் வாங்கி வாசித்துள்ளேன். உங்கள் கதை கூறும் முறையானது எங்களை எந்த ஒரு மனச்சிதறல் இன்றி கேட்க முடியும் படியாகவும், அதிலே ஆழ்ந்து போகும் படியாகவும் உள்ளது.

நீங்கள் கூறிய கதைகளைக் கேட்டதில் இருந்தில் நான் பல மாறுதல்களை பெற்றுள்ளேன் என்பதையும் என்னால் உணர முடிகிறது. பரதேசி வந்தான், அடி, எங்கள் டீச்சர், மரி என்கிற ஆட்டுக்குட்டி, ரத்னாபாயின் ஆங்கிலம், யானை டாக்டர், கருப்பசாமி அய்யா, இருளப்ப சாமியும் 21 கிடாயும், காசி, ஒரு மனுசி, ருசி, தேன், குருபீடம் என ஒவ்வொரு கதையையும் மீண்டும் மீண்டும் கேட்டும்,

சில கதைகளை வாசித்தும் என்னை சந்தோஷப்படுத்திக் கொண்டு இருக்கிறேன். தெரிசை சிவா அவர்கள் எழுதிய "சடல சாந்தி" கதை என்னை மிகவும் பாதித்தது அந்தக் கதை கேட்டதில் இருந்து ஒரு வாரம் சித்த பிரமை பிடித்தது போன்ற உணர்வுடன் திரிந்தேன். ‘ஒரு வீடு’,‘ஒரு மனிதன்’ ‘ஒரு உலகம்’ பெருங்கதையாடலில் நீங்கள் எழுத்தாளர் ஜெயகாந்தன் அவர்கள் பற்றிய செய்திகளை கேட்கும் போதில் ஒவ்வொரு செய்தி கூறும்போதும் மயிர் சிலிர்த்துக் கொண்டே இருந்தது. அவருடைய நான் எழுத்தாளன் என்ற திராணியை பார்க்கும் போது மிகுந்த வியப்பைத் தருகிறது. சமீபத்தில் நீங்கள் கதைகளை கூறாவிட்டாலும், நீங்கள் நிகழ்த்திய உரைகளைக் கேட்கும்போது நம்பலாம். ‘என்ன வாழ்க்கை வாழ்றோம்?’ அப்படிங்கிற பெரிய கேள்வி எழுந்துகொண்டே இருந்தது. கடந்து இரண்டு நாட்களில் நீங்க திருப்பூர் புத்தகக் காட்சியில் பேசிய உரையைக் கேட்டதில் இருந்து கல்வி முறையின் மீது பெரும் கோபத்தை ஏற்படுத்தியது. என்ன செய்வது என்று தெரியாமல் திரிந்தேன். எந்த ஒரு செயலையும் செய்ய முடியவில்லை. இன்று ஆற்காடு சபை மற்றும் SIET ஆகிய இரண்டு இடங்களில் பேசிய உரைகளைக் கேட்டதின் விளைவே 4 வருடங்கள் எதையும் எழுத முடியாமல் இருந்த என்னை இன்று எழுத வைத்தது.

ஒவ்வொரு முறையும் எழுத நினைக்கும் போதும் ஏதோ ஒன்று என்னைத் தடுத்துக்கொண்டே இருக்கும். அதன் காரணம் என்னவென்று தெரியவில்லை. ஆனால் இன்று அதையெல்லாம் மீறி எழுதியுள்ளேன். எனக்கு ஒரு பழக்கம் உள்ளது. எனக்கு ரொம்பவும் பிடித்த மனிதர்களிடம் எளிதாக என்னால் உரையாட முடியாது. அவர்களை தூரத்தில் இருந்துக் கொண்டு ரசிக்க மட்டுமே செய்வேன். அது தான் உங்களுக்கு எழுத விடமால் தடுத்து நிறுத்தியது என்று நினைக்கிறேன். நீங்கள் கூறுகின்ற ஒவ்வொரு செய்தியும் அவ்வளவு எளிதாக கடந்து போகும்படியாக இல்லை. அந்த செய்திகள் ஆழ்மனத்தினை ஏதோ செய்கிறது, பல கேள்விகளை எழுப்புகிறது. வைக்கம் முகமது பஷீர் (ஹோட்டல் நிகழ்வு), ஜெயகாந்தன் (மேடையில் பேசிய

பேச்சு), பிரபஞ்சன் (கலைஞரிடம் கேட்ட கேள்வி) போன்ற செய்திகளை கேட்கும்போது மனத்தினை ஏதோ செய்கிறது அதை வார்த்தைகளால் எழுத முடியவில்லை. உங்கள் கதையின் மூலம் பல மனிதர்களின் அன்பை பெற்று இருக்கிறீர்கள். இன்னும் பல ஆயிரம் மனிதர்களின் அன்பைப் பெற்று பல நூறு வருடங்கள் வாழ வேண்டும் என்று இறைவனை பிரார்த்திக்கிறேன். உங்களின் மீது கொண்ட அன்பே என்னை இந்த நடுசாமத்தில் இந்த செய்தியை எழுத வைத்தது என்று நினைக்கிறேன். I Love you பவா அப்பா. உங்கள் குரல் வழியாக இன்னும் பல கதைகளையும், பல அரிய செய்திகளைக் கேட்கும் ஆர்வத்துடன். பல வருட கால மௌனத்தைக் கலைத்து

என் மனதில் தோன்றிய எண்ணங்களை எழுத்தாக்கி உள்ளேன்.

சிவக்குமார்

கள்வர்கள் தின்றது போக...

அன்புள்ள பவாவுக்கு,

ச.பாலமுருகன் சோளகர் தொட்டி என்றால் எனக்கு தெரியாமல் இருந்தது என்னைப் போல் நிறைய உறவுகளுக்கு தொட்டி என்றால் தெரியாமல் இருந்திருக்கும் ஆனால் தங்களது விளக்கம் சிறப்பாக இருந்தது "சோளகர் தொட்டி" என்றால் என்ன என்று 16 வருடங்களுக்கு முன்பு நடந்த நிகழ்வுகளை நினைத்துப் பார்த்தால் கூட இப்பொழுதும் இரத்தம் உறைந்து போகும். அந்த அளவிற்கு நடந்துள்ளது கொடுமையின் உச்சம். அதிகாரம் தம்மிடம் உள்ளதால் அதை எப்படியெல்லாம் தவறாகப் பயன்படுத்த முடியுமோ அந்த அளவிற்கு மிக மிக கொடுமையாக பயன்படுத்தி உள்ளார்கள் அப்போதே. சோளகர் தானியத்தைப் பயிரிடும்போது ஒரு பாடல் பாடிக் கொண்டே பயிரிடுவார்கள் "கண்டவர்கள் தின்றது போக" "காத்தவர்கள் தின்றது போக" "கள்வர்கள் தின்றது போக" "விளைய வேண்டும் கடவுளே" என்று யார் இப்போது இப்படி பாடிக்கொண்டு விதைக்கிறார்கள். ஆனால் அவர்கள் பழங்குடியினர்கள் என்று நாம் சொல்கின்றோம் ஆனால் அவர்களிடம் நாம் கற்றுக் கொள்வதற்கு எவ்வளவோ விஷயங்கள் இருக்கின்றது. அவர்கள் பட்ட கஷ்டங்களின் கணங்களை உணர்ந்து உங்களுடைய வார்த்தையில் சொல்லிவிட்டீர்கள். அதைக் கேட்கும்போது நினைத்துக்கூட பார்க்கமுடியவில்லை. தன்னுடைய உணவுக்காக மட்டும் வேட்டையாடி அவர்கள் எந்த தலைமுறையினருக்கும் சொத்து சேர்த்து வைக்க வேண்டும் என்று விரும்பவில்லை. அவர்களது வீட்டில் ஆடம்பரம் என்ற வகையில் எதுவுமே

இல்லை. வனம் அழிந்தால் வளம் அழியும் பழங்குடியினரை பாதுகாக்கத் தவறினால் காடுகள் அழியும் காடுகளில் உள்ள பழங்குடியினரை நாம் பாதுகாக்க வேண்டும். "சோளகர் தொட்டி" நாவலை ஒரே நாளில் படித்து முடித்து விடாதீர்கள் என்று தாங்கள் சொல்லி உள்ளீர்கள் அண்ணா. ஆனால் இதை ஒரே நாளில் படிக்க முடியாது அண்ணா. அந்த அளவிற்கு இதனுடைய கணங்கள் கேட்கும் போது கண்களில் கண்ணீர் வர வைத்து விடுகிறது. அவர்களும் ஒரு மனிதர்கள்தானே எந்த அளவிற்கு அவர்கள் வலியை சுமந்து இருப்பார்கள். வலியைத் தாங்கிக் கொண்டு இருப்பார்கள். தோழர் வீ.பி.ஜி. ஐயா அவர்கள் சொல்லும்போது ஒரு பழங்குடியினர் வீட்டுக்குச் சென்றிருந்தேன். அவர்கள் பால் கலக்காமல் வெறும். டீ மட்டும் கொடுத்தார்கள். நான் அவர்களிடம் கேட்டேன். தங்களிடம் தான் மாடு இருக்கிறது. கொஞ்சம் பால் கறந்து டீயில் பால் கலந்து கொடுத்திருக்கலாமே என்று. அதற்கு அந்தப் பழங்குடியினர் மாட்டினுடைய பால் அதன் குட்டிக்குத்தான் என்று என்று சொன்னார்கள். அப்படிப்பட்டவர்கள். நாம் அவர்களை பழங்குடியினர்கள் என்று நாம் சொல்கின்றோம். இதிலிருந்து தெரிகிறது யார் பழங்குடியினர்கள் என்று மிருகத்தை கூட ஏமாற்ற விரும்பாத உயர்ந்த உள்ளம் கொண்டவர்கள் அவர்கள். அவர்கள் பட்ட கஷ்டங்களும் துன்பங்களும் கொஞ்ச நஞ்சமல்ல. எந்த சோளகர் புகைப்படமும் எந்தக் காவல் நிலையத்திலும் இருந்ததில்லை. இவர்கள் திருடியவர்கள், கொள்ளையடித்தவர்கள் என்று என்றால், சோளகர் அப்படி வாழ்ந்தவர்கள். "சோளகர் தொட்டி" நாவலை உறவுகள் படிக்க வேண்டும். 16 வருடங்களுக்கு முன்பு பாலமுருகன் அண்ணன் அவர்கள் எப்படி இதை எழுதி இருப்பார்கள்? எத்தனை நாள் இதை எழுதி இருப்பார்கள்? நினைத்துக்கூட பார்க்கமுடியவில்லை எழுதிக்கொண்டிருக்கும் போது எத்தனை நாள் காகிதங்கள் கண்ணீரால் நனைந்தது என்று. பவா செல்லதுரை அண்ணன் அவர்கள் கதை சொல்லவில்லை அந்த காலத்திற்கே நம்மை அழைத்துச் சென்றார்கள் என்றுதான் சொல்ல வேண்டும். கண்களில் கண்ணீர் மட்டுமல்ல இதயத்தில் ரத்தம் கசிய வைக்கிறது இந்த நாவல்.

ஐயப்பன், திருமக்கோட்டை.

பேரன்பு மிக்க பவா அவர்களுக்கு ஒரு தொடர் வாசிப்பாளனின் அல்லது கதை கேட்பவனின் அன்பின் முத்தங்கள் அய்யா எத்தனையோ கதைகளை உங்களின் வாயிலாக கேட்டு கேட்டு கிறங்கிய மனது ஒரு முறை நீங்கள் கதவு எனும் கி.ராவின் கதை சொன்ன போது தான் முதல் அறிமுகம் எனக்கும் கி.ராவுக்கும் இடையில் அப்படி ஒரு பந்தம் இருந்ததே இல்லை எதேச்சையாக பாண்டிச்சேரியில் ஏதோ ஒரு கல்லூரியில் அவர் பணியாற்றுகிறார் என்பது மட்டுமே நானறிந்த செய்தியாக இருந்தது ஒருமுறை கல்லூரி போட்டிகளுக்காக வெளி கல்லூரி நிகழ்வுகளில் கலந்து கொள்ள சென்றபோது ஒரு (கிழத்தை) மன்னிக்கவும் பெரியவரை கல்லூரி மாணவர்கள் சுற்றி வளைத்துப் பிடித்து அவரிடம் பேசிக் கொண்டு இருந்தனர். நாங்கள் யார் என ஒரு மாணவரைக் கேட்க அவன்தான் சொன்னான் இவர் கி.ராஜநாராயணன் என்று. ஓ.. அப்படியா என நான் வாய் பிளக்க என் நண்பர்கள் எனை வாய்ப்பொத்தி அழைத்துச் சென்றனர் அவர்களுக்கு இவரைப் பற்றி தெரிய வாய்ப்பில்லை. அவர்கள் FRRE FIRE , PUBG பின் ஓடிக்கொண்டே இருப்பவர்கள் எனக்கு மட்டும் தெரிந்தது இவர் ஒரு தேர்ந்த கதை சொல்லி என்று அதற்குப் பிறகு அவரை கொஞ்சம் கொஞ்சமாக காதலிக்க தொடங்கினேன் அவ்வப்பொழுது நேரில் சென்று பார்க்கும் வாய்ப்பையும் பெற்றேன் எப்போதாவது ஏதேனும் பரிசுப் பொருட்களை கொண்டு செல்வேன் அப்போதெல்லாம் ஏன் உனக்கு

இந்த வீண் சிரமம் எனச் செல்லமாக கடிவார். அவ்வளவே எனக்கும் அவருக்குமான உறவு. அதற்கு பிறகு நிறைய பேசிக்கொண்டோம் நிறைய கதைகளை அவர் பகிர்ந்து கொண்டார். அடிக்கடி கேட்பார். ''ஏன்யா.. ஒரு கவிதை எழுதித் தா''ன்னு நானும் எப்போதாவது எழுதித் தருவேன். இதுவே எனக்கும் அவருக்குமான உறவாக இருந்தது மாதத்திற்கு ஒருமுறை அல்லது மூன்று மாதங்களுக்கு ஒருமுறை அவர் வீடு தேடி நான் செல்வேன் பல நேரங்கள் அவர் வீட்டிலேயே உணவு எல்லாம் போட்டுத் தருவார்கள் கணவதி அம்மா அவர்கள் அவ்வளவு தான் கல்லூரி முடிந்து வேலை தேடி புதுச்சேரி தெருக்களில் அலைந்து திரிந்த போது அவரின் ஞாபகம் வரும் அவர் இப்போது உயிருடன் இல்லை என நினைக்கும் போது மனம் கல்லாகி நிற்கும் இப்படி எனக்கும் கி.ராவுக்கும் இடையில் உறவு ஏற்பட மிக முக்கியமான காரணியாக இருந்தவர் நீங்கள் தான். உங்களிடம் ஒரு கோரிக்கை.. வீரயுக நாயகன்வேள்பாரி கதையை நீங்கள் சொல்ல நாங்கள் கேட்க வேண்டும் முடிந்தால் செய்யுங்கள் அய்யா.

தினேஷ் கண்ணா

வாசிப்பனுபவம்...

அன்புள்ள பவாவுக்கு,

வணக்கம்! தோழர் பவாவிற்கு, என்னமோ தெரியல! கரிசல் மண்ணில் காய்ந்து விரைத்து நிற்கும் கோரைப் புற்கள் போலிருக்கும் தங்கள் முகத்தில் உள்ள அந்த வெள்ளைத் தாடி எனக்கு ரொம்ப புடிச்சு போச்சு தோழரே..! அன்பன் ஒரு தொடக்க நிலை வாசகனாக தங்களது நினைவில் என்றென்றும் அகலாத அனுபவங்களின் தொகுப்பாகிய "நிலம்" வாசித்து அதில் தங்களின் உள்ளங்கைச்சூடு என் மேனி தோலினை கடந்து உடலில் ஊடுருவியதை உணர்ந்தேன். சமீப மாதங்களாக நான் அவ்வப்போது தங்களின் கதையாடல்களைக் கேட்டு வருகிறேன். கதைகளை தாண்டி ஒலிக்கும் உங்க குரலும் அந்த வட்டார வழக்கும் கேட்கும்போதெல்லாம் என் செவிகளை வருடுகின்றன!! "நிலம்" எனக்கு தமிழ் வாசிப்பில் நான்காவது நூல். சரி இப்போது "நிலம்" எனக்களித்த அனுபவங்களால் தலைப்புக்கு ஒன்றாக மொத்தம் 16 தலைப்புக்கும் எழுதியிருக்கேன்.

ஜெயஸ்ரீயின் கல்வீடு: அந்த அம்மாவின் கடைசி காலகட்டங்களாக இப்போது நடந்து வரும் காலமாக இருக்கக் கூடாதா!!?.. காரணம் நான் அவ்வீட்டை அபகரித்துக் கொண்டால் என்ன! என ஒரு சிந்தனை இந்த நொடியும் வந்து போகிறது. 'தவறான புரிதல் வேண்டாம்' நிலம், வீடு, காடு என எதுவொன்றையும் சேர்க்காத ஒரு குடும்பப் பின்னணி தான் எனக்கு. நானும் எனது வாழ்க்கையை சில மாதங்களுக்கு முன்புதான் தொடங்கியவனாக இருக்கும் நிலையில் இப்படி

ஒரு மகத்தான வீட்டிற்காகத் தோன்றிய சிந்தனையின் வெளிப்பாடு அது. உழைப்பைக் கடந்தும் நட்புக் கூட்டணியின் மெனக்கெடுதலுக்கான வெற்றியாகத்தான் என் கண்களுக்கு காட்சியளிக்கின்றது இந்த கல்வீடு. பல நல்லுள்ளங்களின் பாராட்டு மற்றும் வாழ்த்துகளில் இப்போது நானும் கலந்து கொள்வதில் மனம் நிறைந்த மகிழ்ச்சி.., வாழ்த்துகள்!!! விளக்கேற்றிக் கொள்ளுங்கள். இதில் இடம் பெற்றுள்ள அந்த கடைசி வாக்கியம் என்னை மிக எளிமையாக அசத்தியது! 'உறுதியாக இனி நானே விளக்கேற்றுகிறேன் பவா'..!

Does not arise:- நானும் சாதியினை முற்றிலும் துடைத்துத் தூக்கி எறிந்தவனாக இருப்பதில் தான் என் சிந்தனையும் மனமும் விலாசம் கொண்டு இருப்பதை உணர்கிறேன். எனக்கு தனிப்பட்ட முறையில் ஒரு வாரிசு பெற்றெடுத்துக் கொள்ள வேண்டும் என்று துளியும் யோசனை கூட வருவதில்லை! ஆனால் ஒருவேளை என் இணைகளின் விருப்பத்தினால் ஏற்படுத்திக் கொண்டால் "DOES NOT ARISE" என்று தான் எங்களின் குழந்தைகளுக்கு பதிவேற்றுவோம் என்பதில் மாற்றுக் கருத்தே இல்லை! (குறிப்பு: தற்போது ஒண்டிக்கட்ட தான்)

அம்மா: "சற்று மனம் கனத்து போனது" வாழ்க்கையில் என் தாய் தந்தையரின் பிரிவிற்கு பின் நாங்கள் என் தம்பியான 'பைரவை' வசித்த அந்த வாடகை வீட்டு குடியிருப்பு பகுதியிலே விட்டு வந்த கொடூரம் என் நினைவில் வந்து உலுக்கியது.

இழப்பின் வலி: எனக்கு ஒரு குணம் நான் படிக்க யாரிடமாவது புத்தகம் வாங்கினால் அதை வாசித்து முடித்த பின்பும் அவர்களை சென்றடையாது! பத்திரமாக என் சேகரிப்பில் இருக்கும். ஆனால் நான் என்னிடமிருந்து கொடுப்பது என்றால் என் மனம் நெருடிக் கொண்டேயிருக்கும் 'எங்கு என் புத்தகம் ஒரு பென்சில் மார்க் கூட இல்லாமல் வந்துவிடுமா'! என திரும்ப என்னிடமே கொடுத்தால் தான் நிம்மதி எனக்கு. கோணங்கியாவது பரவாயில்லை அதை நீயே வச்சுக்கோ என இறுதியில் சொல்லிவிட்டார்.

என் முதல் கலை இலக்கிய இரவு: பனிப்பொழிவின் நடுக்கத்தை தாண்டியும் ஒரு கொலையின் முடிவிற்குப் பின்

அலாதியான அமைதிக்குள் நிகழ்ந்த உரையாடலை தோழர் காளிதாஸ் கேட்டு நடுங்கிய தருணத்தையும் பல வருடங்கள் கடந்து அந்த "டபுள் எம் மே" கொலையாளியைக் கண்ட நொடிகளின் தங்களின் மனதின் தாளங்கள் என்னையும் திக்குமுக்காக்கியது!.

ஓநாயும் ஆட்டுக்குட்டியும் ஒரே குளத்தில் நீரருந்தும்: புவியென்னும் நாடக மேடையில் மிஷ்கின் என்னும் கதாபாத்திரம் என் கண்களுக்கும் உள்ளத்திற்கும் அறியப்படுவது எப்படி என்றால், உயிரின வேற்றுமை மற்றும் பாலினத்தையும் கடந்து ஓர் உன்னத உயிராக மட்டுமே தெரிகிறார். அத்தகைய மாந்தருக்கு தோழர் பவா'வை நண்பனாக்கிய அந்தச் சூழலுக்கு என் நன்றி! நானும் வரும் காலங்களில் மிஷ்கினோடு திரை மற்றும் திரைக்களத்தில் பயணிக்க மிகுந்த ஆர்வத்தோடு கலந்த விருப்பமிருக்கிறது.

காட்டு நிலம்: "நிலம்" படிப்பதற்கு முன்பே நான் தங்களைப் போலவே இப்படி ஒரு குறுங்காடு அமைக்க வேண்டும் என்று எண்ணினேன். "உறுதியாக ஒருநாள் செய்வேன்" ஆனால் நீங்கள் அதை ஏற்கனவே கட்டமைத்து இருக்கிறீர்கள் என்று தெரிய வந்த நிலையில் எனக்கு உங்களை இருக்கமாக நெரித்து கட்டிப்பிடித்து நெற்றியில் முத்தமொன்று கொடுக்க வேண்டும் எனத் தோன்றுகிறது! நான் உங்களைச் சந்தித்த பின்பு நீங்கள் என்னை அழைத்துச் செல்லப் போகும் முதல் இடமாக இந்த காட்டு நிலமாகத்தான் இருக்க வேண்டும்! "அங்கு அதே இடத்தில் தங்களின் மீதான என் முத்தக்கனவை நிறைவேற்றிக் கொள்கிறேன்".

நாடகமே வாழ்வாக: இந்த தலைப்பே ஒவ்வொரு கலைஞனுக்கும் நெருக்கமான ஓர் உணர்வைத் தருகிறது. அவ்வகையில் எனக்கும் அப்படியே! மொத்தம் 16 தலைப்பிலும் என் கடைசி வாசிப்பு நொடிவரை குதூகலத்திலே வைத்திருந்தது இந்த உங்கள் வாழ்வின் நாடகப் பயணம். பல இடங்களில் வாய் விட்டு நகைத்ததை இன்னும் நினைவில் கொள்வேன் அப்படி நகைப்பிலே ஆழ்த்தியது! குறிப்பாக தோழி கோமதி வந்ததற்கு பின் நிகழ்ந்த எல்லா கலாட்டக்களும் அலாதியானவை. அந்த கலவரக்காரர்கள் நள்ளிரவு உங்கள் வீட்டை நோக்கி படை எடுத்துவிட்டார்கள்

என செய்தி அறிந்த தங்கள் அப்பா செய்த காரியம் "பேட்ட படத்தில் ரஜினி அவர்கள் ஒரு சண்டைக் காட்சிக்கு முன்பு இசைக்கேட்டுக் கொண்டே Cool-ஆக அமர்ந்திருக்கும் அந்த சீன் தான் என் நினைவிற்கு விரிந்தது"! அன்றைய லாக்டவுனிலும் சைக்கிள் அழுத்திய கோமதியின் செயல் சூழல் அறியாத அச்சமற்றவை. நாமமிட்ட டி.டி.ஆரின் டிக்கெட்டில் மீதப் பயணம் பிரம்மிப்பூட்டியவை வாழ்வில் என்றும் இரசனை குறையாதவை! தங்களின் இந்த நாடகவாழ்வை இனிமையோடு கடத்திச் செல்ல உதவிய எல்லோருக்கும் குறிப்பாக காளிதாஸ், கருணா, டி.டி.ஆர் மற்றும் கோமதிக்கு என் மனமார்ந்த நன்றிகள்! இறுதியாக லௌகீகத்திற்கு எல்லோரையும் தள்ளிய பின்பும் அவரவருக்கென இருந்த வேலைக்கான ஊழிய வாழ்விலும் நடித்துக் கொண்டிருப்பதை தங்களின் எழுத்தில் படிக்கையிலே எனக்கு மகிழ்ச்சியாகவும் ஒருபுறம் மனம் உருக்குலைந்து போனது போன்ற இரசாயன உணர்வாக என் மனதில் அவதரித்தது.

பாலுமகேந்திரா: "அது பாலுமகேந்திரா"!!!. பாமயனுடன் ஒரு மாலை: ஒரு மாலை என்ன தோழர்! இது போல இயற்கை சார்ந்த இயல்பான தற்சார்பு வாழ்க்கைக்குத் திரும்ப வேண்டுமென பலவேளை பலர் குரலில் கேட்டுக் கொண்டுதான் இருக்கிறோம். கடைப்பிடிக்கத்தான் ஆளில்லை. "இறுதியாக ஐயா நம்மாழ்வார் அவர்களுக்கு தாங்கள் கொடுத்த வாக்குறுதியின் போது நான் ஏன் தங்களுக்கும் சைலஜா விற்கும் பிறந்திருக்கக்கூடாது என நினைத்தேன்".

கோணங்கிக்கு பெண் பார்த்த கதைகள்: இது எனக்கு தனிப்பட்ட முறையில் எனக்கும் நேருமோ!? என என்னை சிந்திக்க வைத்தது. என் அனைத்து ஊடல் உணர்ச்சிகளையும் உள்ளடக்கியே பயணிக்கும் ஓர் இளைஞனாக ஆச்சரியத்துடனும் வருத்ததுடனும் தங்களை நோக்கி ஒரு கேள்வி?! "கோணங்கி இன்னுமா ஒண்டிக்கட்டையா இருக்காப்ல!!!?"

அலை: இந்த உங்கள் அனுபவம் என்னை என்ன செய்தது என்றால்! அது ஒரு பரபரப்பான வேலை நாள். காலையில் சிறிது நேரம் வாசித்தேன். பின்பு என் வேலை நேரம் தொடங்க இருப்பதனால் குளிக்கக் கொள்ள அதன்

பின்னே காலை உணவு என முடித்தவுடன் வேலையில் அவதிஅவதியாய் குதித்தேன். ஆனால் இவையெல்லாம் ஒரு வித மனப்புளுக்கத்தோடே நடந்து வருகிறது! என்ன நினைத்தேன் என தெரியவில்லை! வேலை தொடங்கிய சில கணங்களிலேயே வேலையை கிடப்பில் போட்டு மீதிக் கதையை வாசித்து முடித்த பிறகு தான் மனமார வேலையை செய்ய தொடங்கினேன். அந்த அளவிற்கான ஓர் ஆரவாரமான சுவாரசியத்தை கையாண்டு கடந்த உங்கள் அனுபவத்தின் எழுத்து என்னை வாசிப்பு உலகில் இழுத்தெறிந்தது. இறுதியாக துர்கா பற்றிய செய்தியை மாத இதழில் கண்டு தெரிந்த பின்பு எதனாலோ என்று சொல்லியிருந்தாலும் ஏன் குமுறி குமுறி அழுதிங்க பவா!? அந்த உணர்வை தயவுசெய்து எனக்கு தனியாகவாவது கடத்துங்கள் தோழரே! நான் தெரிந்து கொள்ள ஆர்வப்படுகிறேன். அதன் தன்மை அலாதியானதாக இருக்கும் என்ற நம்பிக்கையில் நான்!.

மழையின் தாளம்: கலை என்கிற பறவை எல்லாப் புழுக்களையும் கொத்திக் கொள்வதில்லை. அப்படியே கொத்தினாலும் விழுங்க மறுத்து கிண்டி கிளறி விட்டு செல்கிறது. அப்படிக் கொத்தி விழுங்கி தனது இரைப்பையில் சேர்த்து வைக்கிறது ஒரு சில வற்றை மட்டும்! இது போல பல இடங்களுக்கு சென்று இதையே செய்கிறது. இதனோடு விதைகள் கலந்த அந்த இரசாயன மாற்றத்திற்கு பிறகு எங்காவது எச்சமிடும்! "அங்கு தான் நாம் கலைஞர்கள் என்ற மரங்களாக நிற்கவைக்கப்படுகிறோம்". அதுபோல தான் ராஜகோபால் மற்றும் தங்களது குழு நண்பர்களுக்கான சந்திப்பு என்பது என்பதைத்தான் நான் கலையின் தாரக மாயம் என முன்வைக்கும் என் கூற்றில் துளியும் தடுமாற்றமில்லை!. குறிப்பாக நீங்க ரெக்கார்டிங் பற்றி தெரியாமல் பேசியது பின்பு அதை நிகழ்த்தி நிறைவேற்றிக் காட்டிய அந்தத் தருணங்கள் உசுப்பேற்றி என்னை ஆரவாரப்படுத்தியது.

நிலம்: இதை படிக்கும்பொழுது தங்களுடைய அப்பா ஒரு வார்த்தை பிரசவிக்கிறார், "எனக்கு ஒன்னு ஆகலப்பா என்னைய வீட்டுக்கே கூட்டு போயிரு" என்ற கணத்தில் எனக்குள் தோன்றியவை இவை நான் உங்கள் இந்த அனுபவத்தில் பயணிக்கும் பச்சத்தில்! பித்தல பானையை

கீழே இறக்கி தங்களது தந்தை வைக்கும் போது ததும்பிய நீரில் தவ்வித் தெறித்த மீன் குஞ்சுகளில் ஏதோ ஒன்றாக நான் இருந்து அதை தங்களது அப்பா கையில் பொறுக்கி பானையில் மீண்டும் போட முயலும் போதும் கையில் அகப்படாமல் நழுவிக் கொண்டு போய் தரையில் காய்ந்து செத்திருக்கலாம். ஏனென்றால் அதன் பிறகு நான் இத்தனை துண்பங்களை பார்த்து நோகிருக்கலாகாது அல்லவா!

யாவருக்கும் தோழன்: இந்தத் தலைப்பே நானும் தங்களுடைய தோழன் தான் அதில் எந்த குழப்பமறுப்பும் தேவையில்லை என்பதை ஆணித்தரமாக பூர்த்தி செய்கிறது தோழரே!. தங்களின் உள்ளங்கைச்சூடு எனக்குள் இருந்ததின் வெளிப்பாடாக "நிலம்" எனக்களித்த அனுபவங்களை பகிர்ந்து விட்டேன் பவா. இப்படி ஒரு வாசிப்பு அனுபவத்தை ஒரு தொடக்க நிலை வாசகனாக நான் உள்வாங்கிக் கொண்டதுக்கும் அப்படியான தங்களின் எழுத்துக்களுக்கும் மிக்க நன்றி தோழரே!!!

I love you "பவா" - என்றும் வாசிப்பு நேசத்தில்

பிரியன்

குரலால் அமுதூட்டுகவன்...

அன்புள்ள பவாவுக்கு,

அன்புள்ள பவா அவர்களுக்கு, நான் ஜனார்த்தனன் இலங்கையில் இருந்து. முதல்முறை ஓர் எழுத்தாளனுக்கு நான் ஆத்மார்த்தமாக எழுதிக்கொள்ளும் கடிதம் இது. பல தடவை உங்களுக்கு எழுத வேண்டும் என ஆவல் எழுந்திருக்கிறது. ஆனால் எழுத முடியவில்லை. உங்களுடன் ஒரே ஒரு முறை வாட்ஸ்அப்பில் பேசியிருக்கிறேன். சார் என்று எனக்கு அழைக்க வராது. தமிழில் அழகாய் 'அய்யா' என்றிருக்கிறதே. அந்த வார்த்தையில் இனம் புரியாத நூற்றாண்டுகள் வழி வழியாய் சுமந்து வந்த அன்பும் மரியாதையும் சேர்ந்தேயிருக்கிறது. ஆகவே பவா ஐயா என்றே அழைத்தேன். முதல் முறைப் பேசும்போது அப்படி என்ன பேசி விடப்போகிறேன் எல்லோரையும் போல நீங்கள் சொன்ன கதைகள் எப்படி என்னை பாதித்தது என்பது பற்றித்தான். என் கோரிக்கை ஒன்றை விடுத்தேன். ' சரி ஜனார்த்தனன். உங்களுக்காக ஒரு நாள் அபிதா நாவல கண்டிப்பா சொல்றேன்'. இதை உங்கள் குரலில் கேட்டதே எனக்குப் போதுமானதாக இருந்தது. அதற்குப் பின் உங்களை நான் என்றுமே அழைத்துப் பேசியதில்லை. உண்மையைச் சொன்னால் தொந்தரவு செய்யத் தோன்றவில்லை. குறிப்பாக என் மாதிரியான பேர்வழிகளின் அன்புத் தொல்லையை எல்லோராலும் தாங்கிக்கொள்ள முடியாது. இருந்தாலும் நாம் பேசுவதைக் காட்டிலும் நீங்கள் பேசுவதைக் கேட்பதே

எனக்கு முக்கியமாகப்பட்டது. கதைகள் கேட்டுத்தான் வளர்ந்தேன். எனக்கு ஒரு அக்கா இருந்தாள். அவள் விடுமுறைக்கு வரும்போதெல்லாம் கதைகள் கூறுவாள்.. அவள் எந்தக் கதைகளையும் படிப்பது கிடையாது.ஆனால் அவளிடம் ஒரு யுக்தி இருந்தது. அவள் பார்த்த அலிபாபாவும் நாற்பது திருடர்களும், தங்கமலை ரகசியம், மைடியர் குட்டிச்சாத்தான் போன்ற திரைப்படங்களின் கதையை எனக்கு வந்து சொல்லுவாள். கண்ணால் பார்ப்பதைக் காட்டிலும் என் கற்பனையில் தரிசிப்பதை பெரிதும் நான் காதலித்தேன். என் பால்யத்தில் பெரியவர்கள் யாரைக் கண்டாலும் அவர் வயதுக்கும், நரைக்கும் குறைந்தது பத்து கதையாவது எவருக்கும் தெரிந்திருக்கும் என்ற நம்பிக்கைதான். அப்படி எந்த முன்பின் தெரியாத பெரியவர்களைக் கண்டாலும் 'கத சொல்லத் தெரியுமா, எனக்கு ஒரு கத சொல்லுறிங்களா?' என்று கேட்பேன்.இது அளவுக்கு மீறிப்போனதால் என் அம்மா என்னிடம் 'கண்டவங்ககிட்ட போய் கத சொல்லு கத சொல்லுன்னு கேக்குற, சரி சொல்லறேன் வான்னு உன்ன எங்கையாவது தூக்கிகிட்டு போய்ட்டா, நான் என்ன பண்றது?' என்று பயந்து பலமுறைக் கூறினாள்.எவ்வளவு சொல்லியும் என் பிறவிப் பைத்தியம் விடவில்லை.ஆனால் அம்மாவின் பயம் ஆருடம் எழுதி வைத்தது போல் நடந்தேறியது.என்னை ஒரு நாள் தூக்கிக்கொண்டு ஓடிய படலமும் அரங்கேறி அதில் தப்பிப் பிழைத்த பின்தான் நான் நிறுத்திக்கொண்டேன். பின்னாட்களில் புத்தகங்களை வாசிக்கும் பழக்கத்தை ஏற்படுத்திக் கொண்டாலும். கேட்பதில் கேட்கும் சுகம் என்றாவது கிட்டுமா ஏங்கியதுண்டு. நான் வளர வளர அதற்குப் பின் பெரியவர்களிடம் இருந்து கேட்பதற்கு கதைகள் இல்லாமல் போய்க்கொண்டிருந்தன. என் பயணங்களில் எப்போதாவது யாரவது ஒரு பெரியவர் இப்படித்தான் ஒரு நாள் தம்பி'என்று அவர் அனுபவங்களை கதைகளாக சொன்னால் கூட அப்படியே இருந்து கேட்டுக்கொண்டிருப்பேன். அவை எந்த சுவாரஷ்யத்தையும் தராவிட்டாலும் கூட அவர்களுக்காக கேட்டுக்கொண்டிருப்பேன். வாழ்க்கையில் ஒரு கட்டத்திற்குப் பிறகு மூப்பெய்தியவர்களுக்கு தனிமை கிட்டிவிடுகிறது. ஆனால் உள்ளத்தில் உள்ளதைப் பேசுவதை, இருந்து கேட்பதற்கு பல போகங்களை நிலைநிறுத்திக் கொள்ள ஓடும்

மனிதர்களிடம் மனதில் ஏன் ஈரத்தூசி கூடவா படியாமல் இருக்கிறது என கேட்டுக்கொள்ளத் தோன்றும். முதல் முதல் நீங்கள் எனக்கு அறிமுகமானது ‘அம்மா வந்தாள்’ நாவலை நீங்கள் சொன்னதன் மூலமாகத் தான்.கதையோடு அதில் நாம் வாசிப்பில் கவனிக்கத் தவறிய விஷயங்களை , கதையை வாசித்தவர்கள் பெற்ற அனுபவத்தின் சுவையை அவர்களுக்கும் மேல் ஒரு படி மேல் சென்று கேட்பவர்களின் உள்ளத்தில் பேச்சால் அமுதூட்டுவது போன்ற ஓர் ஜாலத்தைத்தான் நீங்கள் நிகழ்த்திக்கொண்டிருந்தீர்கள். நீங்கள் சொன்ன கதைகளோடு கூடவே எழுத்தாளர்களின் வலியைப் பதிவு செய்துகொண்டே இருந்தீர்கள். அப்போது நான் ஆண்டுகள் தவித்த தவிப்பு. அன்று யாராலும் பார்க்கவோ துடைத்து விடக்கூட முடியாத கண்ணீர் என் நெஞ்சுக்குள் சுரந்ததை உணர்ந்தேன் என் அய்யா. ஒரு தலைக் காதலை சுமந்தபடி திரிந்துகொண்டிருக்கும் காதலனைப் போல என் ஜீவனை சுமந்துகொண்டு திரிகிறேன். ஏழு கழுதை வயதான பின்பு அப்போது தான் அப்பாவின் அருமை புரிந்து அவர் மீது ஓர் அன்பு பூப்பது போல, வயதில் மூத்த ஒரு நண்பனிடம் ஒரு சகோதரப் பாசம் ஏற்படுவது போல. உங்கள் மீது எனக்கு அன்பு கொஞ்சம் கொஞ்சமாக உருவெடுத்தது. உண்மையைச் சொன்னால் இத்தனை நாட்கள் எழுதாமல் இருந்ததற்கு காரணம். உங்கள் வாசகர்வட்டம் தான். பேரன்பை அவர்கள் உங்களுக்காக பிரவாகிக்கிறார்கள். இத்தனைப் பேரின் அன்பை சம்பாதித்து வைத்துக்கொண்டு வாழும் உங்கள் மீதிருக்கும் பொறாமையை எப்படி நான் தீர்த்துகொள்ள முடியும். ‘மரப்பசு’ நாவலில் அம்மணிக்கு உலகத்தில் உள்ள அத்தனைப் பேரையும் தொட்டுப் பார்க்க வேண்டும் என்ற ஆசை இருந்ததை விட உங்களை ஒரு முறையேனும் அன்புடன் ஆரத்தழுவி 'அய்யா' என்றழைக்க வேண்டும். அப்படியே நான் எழுதினாலும் அப்படி என்ன உங்களுக்கு வித்தியாசப்படுத்திக் காட்டிவிடப் போகிறது என எண்ணினேன். பிறகு தான் புரிந்தது, அன்பை வெளிப்படுத்த அப்படி என்ன அளவுகோல் வேண்டியிருக்கிறது என உணர்ந்து இவற்றையெல்லாம் எழுதுகிறேன். என்றாவது ஒரு நாள் உங்கள் அருகிலிருந்து கதை கேட்க வேண்டும். அதற்காகவே நான் பிரயாணித்து வர வேண்டும். இன்னும்

எத்தனையோ சொல்ல இருந்தாலும் ஒன்றை மட்டும் சொல்லிக்கொள்கிறேன். பவா செல்லதுரை என்னும் இப்படி ஒரு கதை சொல்லியை சமகால எழுத்தாளர்கள் இனி என்றைக்கும் கொண்டாடுவார்கள். இதற்கு முன்பிருந்த, இன்னும் எம் நினைவுகளில் உறைந்திருக்கும் கு.பா.ரா ,லா.ச.ரா, தி.ஜானகிராமன், ஜெயகாந்தன், அசோகமித்ரன், பிரபஞ்சன் போன்ற எழுத்தாளர்களின் ஆன்மாக்கள் உங்களை என்றென்றும் ஆசிர்வதித்துக்கொண்டிருப்பார்கள்.

பேரன்புடன்,

ஜனார்த்தனன்

அன்புள்ள பவாவுக்கு,

கதை சொல்லி பவா நீங்கள் என்னை மன்னிக்க கடமைப்பட்டுள்ளீர். ஆம் சோளகர் தொட்டி முழு கதையும் நீங்கள் சொல்லச் சொல்ல உள்ளுக்குள் ஒருவித நடுக்கம் தொடர்ந்து இருந்துகொண்டே இருந்தது. எப்போதெல்லாம் விளம்பரம் வருகிறதோ அப்போதெல்லாம் உங்களை ஒருமையில் ஏசினேன். என் தாய்வழிப் பாட்டன் INA (Indian National Army) சுதந்திர போராட்டத் தியாகி அவர் பட்ட துயரங்களை அவர் பலமுறை எங்களுக்குச் சொல்லியபோது வலிக்காத வலி உங்களின் கதை சொல்லலில் வலித்தது. பவா நீங்கள் ஒரு பித்தன், இவ்வளவு வலிகளை உள்வாங்கி எப்படி உங்களால் தூங்க முடிகிறது. உண்மையில் சோளகர் தொட்டி மக்கள், பாதிக்கப்பட்ட மக்கள் எப்படி தங்களை அந்த மனநிலையிலிருந்து விடுவித்துக்கொண்டு தங்களைப் புதுப்பித்துக் கொண்டனர்? முடியவில்லை பவா. நீங்கள் கூறுவதுபோல் அந்தப் புத்தகத்தை வாங்கி படிக்கும் தைரியம் எனக்கு வருமா என்று தெரியவில்லை அப்படியே வாங்கிவிட்டாலும் நீங்கள் கூறுவதுபோல் சிறுகச்சிறுக படித்தால் அந்த வலியிலேயே செத்துப் போய் விடுவேனோ என்ற பயம் வேறு. என்னமாதிரியான மனநிலை உள்ள, அதிகாரம் உள்ள சட்டத்திற்கு நடுவே நமது மக்கள் நசுக்கப்படுகிறார்கள். வார்த்தைகள் இல்லை இக்கதை சொல்லல் முடிந்த பிறகு பாதிக்கப்பட்ட மக்கள் குறித்த அறிமுகங்கள் அவர்கள் பட்ட இன்னல்கள் என்னைத் தூங்க

விடவில்லை. எப்போது தூங்கினேன் என்பது எனக்குத் தெரியவில்லை. எழுந்த பின்பும் நெஞ்சுக்குள் ஒருவித நடுக்கம்; நீங்கள் சொன்னவற்றை இப்போது நினைத்தாலும் கண்கள் கசிகிறது. எங்க தாத்தா அவர் பட்ட இன்னல்களை சொல்லும் போதெல்லாம் நாங்கள் சிறுவர்கள் அப்போது எங்களுக்கு பக்குவம் இல்லை, அநுபவம் இல்லை, முக்கியமாகப் பொறுமை இல்லை. ஆனால், தற்போது இவை எல்லாம் இருக்கிறது. ஆனால் கதை சொல்ல தாத்தா இல்லை ஆனால் நீங்கள் எங்களுக்கு கிடைத்திருக்கும் பாக்கியம் என அந்த தாத்தாவின் வெற்றிடத்தை இன்னும் சொல்லப்போனால் அவரைவிட மேலான இடம் எங்கள் மனதில் உங்களுக்கு. எனக்கு எப்படிச் சொல்வதென்று தெரியவில்லை நன்றி நன்றி நன்றி - அவ்வளவுதான்.

வாசகி

அன்புள்ள பவாவுக்கு,

யார் இந்த பவா? சத்தியமாகத் தெரியாது. எனக்கு இவரைச் சந்திக்கும் வரை. மகுடி ஊதினால் பாம்புகள் எல்லாம் மயங்கிவிடுகிறது பவா கதை சொன்னாலும் அப்படித்தான் மனிதர்களும் மயங்குகிறார்கள் என்று அவரைச் சந்திக்கச் சென்றபோதுதான் தெரியும் எனக்கு. ஏதேச்சையாக ஒருநாள் ஒரு விமர்சனப் பதிவைப் படித்தேன். அதில் ஒருவர் எழுதியிருந்தார் முகவரியைத் தேடித்தேடி அலைந்து எப்படியோ பவாவைப் பார்த்துவிட்டேன் என்றும் கதை சொல்லி பவாவின் கதைகளைக் கேட்கவில்லை என்றால் எனக்கு உறக்கமே வராது என்றிருந்தார். ஒருவரின் உறக்கமே இவர் கதை கேட்காமல் ஓசோன் தூரத்திற்கு ஓடுமளவுக்கு ஒருவர் கதைசொல்லியிருக்கிறார் என்றால் இவர் யாராகத்தான் இருப்பார் என்று அவர் பெயரில் கிளிக் செய்து அவர் முகப்புத்தகப் படத்தைப் பார்த்தால் என் வார்த்தைகளால் எழுத முடியாத உணர்வொன்றை பவாவின் புகைப்படம் எனக்கு வாசித்துக் காட்டியது. அந்தப் புகைப்படம் எனதப்பாவின் உருவச்சாயலில் சிரித்துக்கொண்டிருந்தது. இவர் எங்குள்ளவராய் இருப்பார் என்று உடனே கூகுளில் தேட ஆரம்பித்தேன் திருவண்ணாமலை என்றிருந்தது.

ஓர் ஆனந்த அதிர்ச்சி என் இதயத்தை அப்பியது அக்கணம். வாவ்.. பவா இவ்வளவு கிட்டத்ததில் இருக்கிறாரா? இவ்வளவு நாள் இவரைத் தெரியாமல்

இருந்தாயா என்று எனக்கு நானே கேட்டுக்கொண்டேன். எப்படியாவது இவரைச் சந்தித்து விடவேண்டும் என்ற ஆர்வத்தோடு மட்டுமே எனது முற்றுப்புள்ளியை நான் நிறுத்திக்கொண்டேன். ஏன் இவர் படைப்புகளை நான் தேடவேயில்லை? இவரின் ஒரு கதையையேனும் நான் ஏன் கேட்கவேயில்லை? ஒரு சிறந்த படைப்பாளியைப் பார்க்கச் செல்லும் எவருமே படைப்பாளனைப் பற்றிய ஏதேனும் குறிப்பறிந்துதான் செல்வார்கள். நான் மட்டும் ஏன் எந்தக் குறிப்புமே எடுக்க முயற்சிக்கவேயில்லை. பார்வையொன்றே போதுமே என்பதைப்போல பவாவைப் பார்த்தால் மட்டுமே போதுமேயென்று கிளம்பி வந்திருக்கிறேன் என்பதும் அவரைச் சந்தித்த பிறகுதான் எனக்குத் தெரியும். கருப்பு கலர் பூசிய தோலோடு அவரின் வெள்ளை இதயத்தில் நிறைய கதைகளை வரிகளாக்கி வைத்துக்கொண்டு ஒவ்வொன்றிற்காய் உயிர் கொடுத்து உலாவர விட்டிருக்கிறார். கதை சொல்லி, கதை சொல்லியே மனித இதயங்களின் இதயப்பூவைப் பறித்துக்கொண்டிருக்கிறார் பவா. இனிவரும் தலைமுறைகள் கதை சொல்வதற்கு பாட்டி இல்லையேயென்று கவலைப்படாதீர்கள் நமக்கெல்லாம் பெரிய பாட்டி கிடைத்துவிட்டார் மன்னிக்கவும் பவா கிடைத்துவிட்டார். கதை சொல்லும்போதெல்லாம் பாட்டியின் மடியில் தூக்கம் சுகம். மைக்கில் பவா கதை சொல்லும் போதெல்லாம் வாழ்க்கையே இன்பம். கவலைப்படாதீர்கள் நிறைய நிலாச்சோறு வைத்திருக்கிறார் பவா நமக்கெல்லாம் பிசைந்து தருவதற்கு.

அவர் எழுதிய 'டொமினிக்' என்ற புத்தகத்தைப் படித்து முடித்துவிட்டேன். பவாவின் நடையில் நான் படிக்கும் முதல் புத்தகம் இது. இந்தக் கரடி சற்று வித்தியாசமானது. பாயவும் இல்லை பிராண்டவும் இல்லை கடித்துக் குதறவும் இல்லை மாறாக இதயத்தைக் கனக்கச் செய்துவிட்டது. இந்தக் காலில் கொஞ்சம் நான் இடறி விழுந்துவிட்டேன். ஒரு பிரபலம் ஒரு பெரிய எழுத்தாளனைச் சந்திக்கச் செல்கிறார் அந்த எழுத்தாளனின் கதைகளைக் கேட்டுத்தான் தான் வளர்ந்தாகவும் வளர்ந்தபின்தான் உங்கள் படைப்புகளை வாசிக்கிறேன் என்று உரையாடலைத் துவக்கிய அந்தப் பிரபலம் அவர் படைப்பை

விமர்சிக்கிறார். அந்த எழுத்தாளன் "எழுதியவற்றைப் பற்றிப் பேசுவதென்பது, பிணத்தின் தலைமுடியைக் கோதுவது மாதிரி. அதில் எனக்கு எப்போதும் விருப்பமிருந்ததில்லை" எனகிறார். இந்த வரியைப் படித்தவுடன் என்னடா இந்தப் படைப்பாளன் இப்படி பதில் சொல்கிறாரே என்று நினைத்தபடி உண்மையில் படைப்பாளிகள் இப்படி நினைக்கக்கூடுமோ என்று கொஞ்சம் குழம்பியபடி கதை சொல்லுங்கள் கதை சொல்லுங்கள் என்று கேட்டேனே ஒருவேளை பவாவுக்கும் இப்படி ஏதாவது தோன்றியிருக்குமோ என்ற எண்ணம் கூட எழுந்தது என்னுள். ஆனாலும் பவா, கடைசியில் எல்லாம் சிலையாகிப்போகும் புனைவுக் கதையொன்றைச் சொன்னார் எங்களுக்கெல்லாம். "கதைகள் ஒரு சாமான்ய மனிதனை ஒரு மயிறும் செய்துவிடாதென்று நினைக்கும்" அந்த எழுத்தாளனிடம் சொல்லுங்கள் பவா சில கதைகள் வாழ்க்கையை மாற்றும் மாற்றமொன்றைத் தருமென்று. "அப்புறம் ஏன் சார் எழுதுறிங்க.. எதுக்கோ எழுதுறன் உன்னையார் படிக்கச் சொல்லியது? படித்ததோடு நில்லாமல் தேடிவந்து என்னை நீ சீண்டிக்கொண்டிருப்பது மனிதகுல அநாகரிகம்" என்று அந்த எழுத்தாளன் சொல்கையில் வார்த்தைகளெல்லாம் வாய்க்குள்ளேயே ஜீவசமாதி அடைந்துவிடும் அந்தப் பிரபலத்திற்கு. பின்பு கண்ணாடி டம்ளரில் எல்லோருக்கும் டீ வரும் கதையில். எங்களுக்கும் தேநீர் வந்தது பவாவின் கதையோடு தேநீரின் சுவையும் கூடியிருந்தது இப்போது. இந்தப் பிடியை எப்படித் தளர்த்திக் கொள்ள முடியும். இது விடாப்பிடியில்லை விடவே முடியாதப் பிடி. உலகத்தை அறிமுகப்படுத்திய முதல் பிடியல்லவா இது எப்படி விடமுடியும். தேர்வில் தோல்வியடைந்துவிட்டால் படிக்க வைத்த அப்பாவின் முகத்தைப் பார்ப்பது சற்று கடினம் தான் ஆனால் அது சதி தானே பரவாயில்லை. தேர்வு முடிவை தெரிந்துகொள்வதென்பது திருவிழாவிற்கு மட்டும் வந்துபோகும் காதலியைப் பார்ப்பதுபோல் பரவசம் நிறைந்தது. என்றோ படித்த பள்ளியில் நின்று தேர்வு முடிவை தேட வைக்கிறது நம்மையும் இந்தக்கதை. அப்பாவின் தைரியம் எல்லா நேரத்திலும் நம்மை வலிமைப்படுத்தும் என்ற உண்மைக்கு உயிர் கொடுத்திருக்கும் இந்தப் பிடி என்னையும் கொஞ்சம் அழ வைத்துவிட்டது. வலியில்

கடைசியாய் வார்த்தைகள் உடைந்தாலும் பெருந்தன்மை இருக்கிறது. பாவம் இந்தக் கோழி பிடிபட்டு விடாமல் அங்கும் இங்கும் போக்குக்காட்டியும் பிரயோஜனமில்லாமல் போனது. தப்பு செய்தால் தடையமில்லாமல் செய்யனும். யாருக்கும் தெரியாமல் செய்தத் தவறை பூசி மொழுகிவிட்டார்கள். புலம்பிக்கொண்டே வந்தவளுக்கு வளர்த்தக் கோழியின் வாசம் கூடத் தெரியவில்லை பாவம். கோழி ருசிக்க மட்டும் செய்யாமல் நல்லா நடிக்கவும் செய்திருக்கிறது. அடைக்கலம் கொடுத்து பாதுகாப்பளிப்பவர்களையே சில நிகழ்வுகள் வெளியேற்றிவிடுவது நிஜம்தான். பாவம் டொமினிக் இப்படித்தான் பாதிக்கப்பட்டிருக்கிறான். நீர் இதயத்தின் இரத்தத்தையும் உறிஞ்சிவிட்டது கடைசியில். பேசும் வார்த்தைகளுக்கெல்லாம் உயிர் இருப்பதை நிறைய நாவுகள் மறந்துவிடுகிறது. வார்த்தைச் சுத்தம் பலரிடம் இருப்பதேயில்லை உண்மையிலும். சந்தேகப்படவே முடியாத அளவு நம்பிக்கையை வளர்த்துவிட்டு நடுத்தெருவில் நிற்க வைப்பவர்கள் உலகில் இல்லவே இல்லை என்ற நிலை வந்தால் இந்தியாவும் வல்லரசுதான். அடி உதைவாங்கினாலும் பரவாயில்லை செய்நன்றி மறவேன் என்ற அப்பெண் அப்படியே என் மனதோடு நின்றிருக்கிறாள். இந்தப் பிரிவை என்னவென்று சொல்ல.. அடுத்தவர் மனைவி என்பது தெரிந்த பின்னரும் கூட அந்த ஆபீஸரை ஏன் பவா காதலிக்க வைத்தீர்கள் இது கலாச்சார குற்றமில்லையா? அவர்களின் காதல் குளத்தில் சந்தேக வட்டங்கள் விரிந்து கொண்டேயிருக்கிறது. ஒருவேளை மீண்டும் அந்த தொலைபேசி அழைப்பு வந்தால் என்னக் கவிதையை எழுதி வாசித்திருக்கும் பவா. இந்த மீன் இறந்தப்பின்னும் துடித்துக்கொண்டிருக்கிறது. புத்தாண்டு அன்று மாலை ஆறு மணிக்கு வாருங்கள் என்று அனுமதி கிடைத்தது எனக்கு. பவா வீட்டிற்குச் சென்றோம். இன்னும் சிலரும் அவரைப் பார்க்க அங்கு வந்திருந்தார்கள். அவர்கள் பவாவின் கதை அனுபவத்தை விமர்சித்தார்கள். அதில் ஒருவர் கடவுளை வேண்டிக்கொண்டே வந்தேன் எப்படியாவது உங்களைப் பார்க்கவேண்டும் என்றும் சொன்னார். பவாவைப் பார்த்தால் மட்டுமே போதும் என்ற பாவையாக மட்டுமே நான் சென்றதால் அவர்கள் சொல்வதை அதிகமாய் வாய் பார்க்க முடிந்ததே தவிர, அவர்களைப்போல் பவாவின்

கதைகளை என்னால் விமர்சிக்க முடியாமல் போனது அன்று. இனி அதிகம் பேசுவேன் என்று நினைக்கிறேன். புத்தாண்டு கொஞ்சம் அதிகம் இனித்தது பவாவின் அழகானக் குரலோடும் அவர் அன்பு மனைவியின் உரையாடலோடும். இருவருக்கும் எனதன்பின் நன்றிகள் மீண்டுமொருமுறை. நீங்கள் இருவரும் இன்னும் நிறைய கதை சொல்லிக்கொண்டே இருக்க வேண்டும் கேட்கும் இதயங்களெல்லாம் புத்துணர்வைப் பருகுவதற்காக...

இயற்கைக்காதலி ரஞ்சினி

இறுக்கமற்ற மனக்கதவு

அன்புள்ள பவாவுக்கு,

‘நிலம்’ இந்த நூலை வாசிக்க விரும்பியது பொழுதைப்போக்கவோ, ஏதோ ஒன்றை அறிந்துகொள்ளும் ஆர்வத்திலோ அல்ல. எல்லோராலும் நேசிக்கப்படும் பவா என்ற எளிமையான மனிதனின் எழுத்துக்கள் மூலம் பவாவுடன் பேசிக்கொண்டிருக்கலாம் என்ற பேராவலில் மட்டும்தான். காட்டாற்று வெள்ளத்தில் அடித்துச் செல்லப்படும் நீச்சல் தெரியாத ஒரு சிறு பெண்ணின் உதவிக்கரம் கோரும் கை அசைவைப்போல கடந்த ஆண்டு முழுக்க நான் அடைக்கலம் தேடி அலைந்தேன். பல மனிதர்களின் மனக்கதவுகள் இறுக்கி அடைக்கப்பட்டிருந்தன. ஓங்கித் தட்டும் என் கைகளின் சத்தம் யாரையும் எட்டவில்லை. குருதிக் கசிவு எனக்குள் மட்டுமே. என்ற 2015ம் ஆண்டிற்கான பவாவின் முன்னுரைத் தொடக்கம் என் இதயம் பேசி கேட்டதுபோல இருந்தது. ஏனெனில் இந்த வருடத் துவக்கம் எனக்கும் அவ்வாறுதானிருந்தது. ஜெயஸ்ரீ வீடு பகுதியில் கல்லையும் மண்ணையும் வீடு கட்ட பொருள்களைத் தேடியலைந்ததில் நானும் சோர்வுற்றேன். திறப்புவிழாவிலோ புதுச்சேலை அணிந்து பங்குபெற்றேன். ஏனெனில் அங்கே நிகழ்ச்சியில் ஒவ்வொருவரும் என்னென்ன பேசினார்கள் என்பதைத்தான் பவா எழுத்துக்குள் கொண்டு வந்துவிடுகிறாரே!!! பவாவின் எழுத்துக்கு அவ்வாறு வசியம் செய்யத் தெரிந்திருந்தது. ஒரு புத்தகம் என்பது அலமாரியில் இருக்க வேண்டியதா? இல்லையே!!! மனிதன் உறங்கும் ,பொழுதுபோக்கும், நடமாடும் இடங்களிலெல்லாம் இருக்க வேண்டியதுதான். நீங்கள் அன்று தவறவிட்ட ருசியான

விருந்தைத்தான் இன்று வீட்டிற்கு வருபவர்களுக்கு தவறாமல் அளிக்கிறீர்களா பவா? புதுக்கிணறு விராலுக்கும் ஜிலேபிக்கும் மட்டுமா சாதம் போட்டீர்கள்? அப்பா உங்களுக்காகவே வாங்கிவைத்த நிலம் எத்தனையோ கைமாறினாலும் இறுதியில் உங்களிடமே சேர்ந்ததில் உழைப்பின் நம்பிக்கை கூடுகிறது. எங்கேயோ பிறந்து வளர்ந்தவர்கள் எல்லாம் அம்மாவிடம் சரணடைந்தபோதுதான் திருவண்ணாமலை தீபஒளியின் காரணம் விளங்குகிறது. ஓர் அசாதாரணமான சூழலை அங்கு நிலவும் மௌனத்தை தேநீர் ஈரம் தோய்ந்த ஈக்களின் ரீங்காரம் எல்லோருக்கும் துல்லியமாய்க் கேட்டது என்ற வார்த்தைகளின் சிக்கனத்தில் உணர்த்தியிருக்கிறீர்கள். இந்த வலியை அதன் கனத்தை நீங்கள் கதைசொல்லி கேட்டபோது உணர்ந்திருக்கிறேன். எழுத்தில் நீண்டநேரம் வலித்தது. நிகழ்ச்சிகளை வீட்டில் அம்மாவிடம் விவரித்து விவரித்து மகிழ்ந்தேன். அழுதேன். உணர்ச்சிவயப்பட்டேன். அங்கே விளையாடிக்கொண்டிருந்த என் பிள்ளைகள் சிறிது நேரத்தில் சண்டைக்கு ஆயத்தப்பட்டனர். அப்போது போடா மீனம்மா என சிறியவன் திட்ட,போடா குட்டி மீனம்மா என பெரியவன் திரும்பத்திட்ட அப்போது சமாதானம் மட்டுமல்ல. புத்தக வாசிப்பில் பிள்ளைகளும் ஈடுபடுவார்கள் என்ற நம்பிக்கையும் துளிர்த்தது. உங்கள் வீட்டு எருமைமாடு மீனம்மா தினந்தோறும் என் பிள்ளைகளின் சண்டையிலும் இடம்பெறுகிறாள். நிலம் பற்றிப் பேச நிறையவே உண்டு.இந்த வீட்டுக்கு எத்தனை கதவு என்று தாஸ் அண்ணன் கேட்டபொழுது குபீர் சிரிப்பையும், நாடகம் நடிக்க கற்றுக்கொள்ள ரயிலில் வித்அவுட்டில் சென்றதைப் படித்தபொழுது குபுக்கென அழுகையையும் நிறைய தந்தது. எல்லோருக்கும் நண்பனாக இருக்க மிகப்பெரிய முகமூடி வேண்டும். முகமூடி இல்லாமல் எல்லோராலும் விரும்பப்படுபவராக பவாவால் மட்டுமே இருக்கமுடியும். உங்களின் சமகாலத்தில் வாழும் பகுதியை பாக்கியமாகப் பெற்றேன். இந்த எழுத்தும் உங்கள் கதைசொல்லலும் 2004ல் இருந்து இப்போதுவரையும் குறுகலில்லாத நெடும் பாதையிலேயே மரத்தின் நிழலூடே என்னை மகிழ்ச்சியாக பயணிக்க வைக்கிறது என்றும் பவாவின் ரசிகையாக.

உதயலட்சுமி

பேரிருளை போக்கும் ஒளி!

அன்புள்ள பவாவுக்கு,

பவா நான் வீட்டில் இருந்து கிளம்பி நான் அலுவலகம் செல்ல 45 நிமிடங்கள் ஆகும். இப்படி எனக்கு கிடைக்கும் எல்லா பயணங்களிலும் எனக்கு உற்ற துணை உங்கள் கதைகள் தான். ஒவ்வொரு பயணத்திலும் ஒவ்வொரு விதமான அனுபவங்களை உங்கள் கதைகள் எனக்குக் கடத்தி விடும். சில கதைகள் சிந்திக்க வைக்கும். சில கதைகள் கசிய வைக்கும். சில கதைகள் நாம் பட்டக் காயத்துக்கு மருந்தாக அமையும். சில கதைகள் நாம் ஏனென்று கேட்க முடியாத அளவுக்கு அந்த நாள் முழுவதையும் அது எடுத்துக் கொள்ளும். பல கதைகள் நம் கண்ணீரின் உப்பை ருசி பார்த்து விட்டுச் செல்லும். ஆனால் இந்தக் கதையோ என் பயணத்தை பாதியில் நிறுத்தி விட்டது. நெடுந்தூரம் கதை என்னை நடு வழியில் நிற்க வைத்து கதறிக் கதறி அழ வைத்து விட்டது. என்னை வெட்டி கழுகுக்கு இரையாக்கு என்ற அவலக்குரல் என்னை உருக்குலைத்து விட்டது. எப்படியாவது ஒருவேளை சோற்றைப் போட வேண்டும் என்று எண்ணிய மகன் தன் தகப்பன் சடலத்தைக்கூட தொட்டு அழ முடியாமல் போனது துயரத்திலும் துயரம். அடக்கம் செய்யப்பட்ட பிணத்திற்கு வானத்தில் வட்டமிட்டு தன் மரியாதையை செலுத்திய கழுகின் மாண்பு இந்த மனிதருக்கு இருந்தால் பட்டினிச் சாவுகளின் எண்ணிக்கை குறைந்திருக்கும். மனிதனின் மரணம் உடம்பை விட்டு உயிர் பிரியும் போது நிகழ்வது அல்ல. தன் உள்ளக்குமுறல்களைக் கேட்க காதுகள் அற்ற நிலையில்

தான் மரணங்கள் நிகழ்கின்றன. வாழ்வின் பேரிருளைப் போக்க ஒளி அற்றுப்போகும் தருணங்களில் மரணங்கள் நிகழ்ந்து விடுகிறது. இந்தக் கதை என்னுடைய கடந்த கால கருப்புப் பக்கங்களைப் புரட்டிப்போட்டது. பாலூட்ட மாரில் பால் சுரக்காமல், 10 ரூபாய்க்கு பால் வாங்கிக்கொடுக்க முடியாமல் குழந்தையை வெகு நேரம் தூங்க வைத்த கனத்த நிமிடங்கள் என் கண் முன் வந்து போயின.. குழந்தையின் பட்டினியைப் பார்த்து நடை பிணமாக இருக்கும் கொடுமை துரோகிக்கும் வரக்கூடாது. குழந்தைக்கு வைத்தியம் பார்க்க முடியாமல் அவன் இறந்து விட்டான் என்பது கூடத் தெரியமால் என் கையில் அவனைக் கிடத்திய கொடுமைகள் நிகழ்ந்தது எனக்கே கடைசியாக இருக்க வேண்டும். அன்று அந்த போலீஸ்காரன் காது குடுத்து கேட்டிருந்தால் மகன் முன்னிலையிலேயே தந்தை அனாதைப்பிணமாக மாற்றப்பட்டிருக்கமாட்டான். என் குழந்தையின் அழுகுரலையும் சில காதுகளேனும் கேட்டிருந்தால் என் மகனும் சிதைக்கு இரையாகி இருக்க மாட்டான். ஒரு வைராக்கியம். இப்போது ஓடி ஓடி சம்பாதிக்கிறேன். என்னிடம் கேட்பவர்க்கு இல்லை என்று சொல்லாமல் எதாவது செய்யும் அளவிற்கு நான் சம்பாதிக்கிறேன்.. ஆனால் என்ன பயன்.. நிகழ்ந்த மரணம் நிகழ்ந்தது தானே.. அன்று அவன் பிணமாகினான்.. எப்போதும் நான் நடை பிணமாக.. இத்தனை நாள் ஆற்றாமையை உங்கள் குரல் கொஞ்சம் குளுமைப்படுத்தியது. நீங்க நல்லா இருக்கணும் பவா. இந்தப் படைப்பினை அளித்த திரு. ஜெயமோகன் அவர்களுக்கு என் சரணங்கள்..

அன்பின் வாசகி

பாகுபாடற்ற புரிந்துணர்வு

அன்புள்ள பவாவுக்கு,

திருவண்ணாமலை என்றதும் அண்ணாமலையாரும் கிரிவலமும்தான் நினைவுக்கு வரும், ஆனால் இலக்கியவாதிகளுக்கு 19. டி.எம். சாரோனும் பவாவும்தான் நினைவுக்கு வருவார்கள், வருடந்தோறும் கலை இலக்கிய இரவு என்பது நவீன இலக்கியமும், ஓவியமும், இசையும், சினிமாவும் என பல்வேறு தரப்புகளும் இணைந்து புதிய சாத்தியங்களை அடைந்த பொழுதுகளை சாத்தியமாக்கியவர் பவா, நமது சமகால வாழ்வை கலை, இலக்கியம், அரசியல் ஆகிய மூன்றும்தான் நிர்ணயிக்கின்றன, இவற்றில் ஏதோவொன்றுடன் அல்லது எல்லாவற்றுடனுமே நமக்குத் தொடர்பு இருக்கலாம் அல்லது இல்லாமலும் இருக்கலாம், ஆனாலும் நமக்கு விருப்பம் இருந்தாலும் இல்லாவிட்டாலும் இந்த மூன்றுமே நமது வாழ்வை பாதிக்கத்தான் செய்கின்றன, 'எனக்கு பாரக் ஒபாமாவைத் தெரியும், அவருக்குத்தான் என்னைத் தெரியாது' என்பதைப் போல, இத்துறைகள் அளவுக்கு துறை சார்ந்த ஆளுமைகளும் முக்கியமானவர்களே, பொதுவாக, நம் பொது புத்தியில் ஆளுமைகள் சார்ந்த சில முன் தீர்மானங்கள் உண்டு, கேள்வி ஞானமும் ஊடகங்களும் அப்படியொரு பிம்பத்தை நமக்குள் கட்டமைத்துள்ளன, அப்படிக் கட்டமைக்கப்பட்ட பிம்பத்தைத் தாண்டி, முன் தீர்மானத்தைத் தாண்டி அந்த ஆளுமையைக் குறித்து நாம் ஒருபோதும் யோசிப்பதில்லை, ஒரு பொது ஜனத்துக்கும் ஆளுமைக்கும் இடையிலான திரையை, இதுபோன்ற

புத்தகங்களாலும் அனுபவங்களாலும் மட்டுமே நம்மால் தாண்டிச் செல்ல முடிகிறது, ஆளுமைகளோடு நெருங்கிப் பழகியவர்கள் அவர்களைப் பற்றி எழுதுவது என்பது, தான் எவ்வளவு பெரியவன், தனக்கு எத்தனைப் பேரைத் தெரியும் பாருங்கள் என்று தம்பட்டம் அடித்துக் கொள்வதற்காக அல்ல, அப்படித் தம்பட்டம் அடித்துக் கொள்கிறவர்கள் எழுதியவற்றிலிருந்து நாம் ஆளுமைகளின் பெருமைகளைக் குறித்து ஒருபோதும் அறிந்துகொள்ள முடியாது, மாறாக எழுதியவனின் வறுமையையே அறிந்துகொள்ள முடியும், உண்மையில் அசலான இந்த அனுபவங்கள் ஒரு பாலம், ஆளுமைகளுக்கும் பொது புத்திக்கும் இடையில் அமைக்கப்படும் ஒருவித புரிந்துணர்வுப் பாலம், ஆளுமைகள் எப்போதும் கூண்டுக்குள் அடைப்பட்டு கிடப்பவர்கள், பிரபல்யமும் புகழும் ஊடகங்களும் கட்டமைத்த கூண்டு, அதிலிருந்து அவர்கள் சுதந்திரமாக வெளியில் வருவதென்பது அனுமதிக்கப்படாத ஒன்று, அப்படி கூண்டில் அடைபட்டுக் கிடக்கும் ஆளுமைகளின் அறியாத பரிமாணங்களை, அக் கூண்டினை நெருங்க முடியாத பொது ஜனங்களுக்கு, வாசகர்களுக்கு சொல்கிற முயற்சியே இது போன்ற பதிவுகள், இதனால் என்ன பயன்? ஒன்று ஆளுமைகள் குறித்த நமது புரிதல்களை நாம் மறுபரிசீலனை செய்து கொள்ள முடியும், அடுத்தது, இவர்கள் சார்ந்த துறைகளில் இவர்களது பங்களிப்பு என்ன? அந்தப் பங்களிப்புக்கும் இவர்கள் பெற்ற பிரபல்யத்துக்கும் தொடர்பு உள்ளதா? அதற்காக இவர்கள் தந்திருக்கும் விலை என்ன? என்றெல்லாம் நம்மால் யோசிக்க முடியும், புத்தகத்தில் சில குறிப்பிடத்தக்க அனுபவங்கள் உள்ளன, திருமண வரவேற்பு கலெக்டரின் பெயரை தன் மகனுக்கு சூட்டிய கந்தர்வன் லெனின் தன் தோளில் சுமந்த நாக் அவுட்.

கல்வராயன் மலையில் கோணங்கி மேலும் பெயரளவில் மட்டுமே நாம் அறிந்த சிலரைப் பற்றிய பதிவுகள் கைலாஷ் சிவன் ,, இவரைப் பற்றிய பதிவு என்பது சில காலத்துக்கு முன்பு இலக்கியவாதிகள் என்ற பெயரில் சில பிரகிருதிகள் செய்த அதிகபிரசிங்கித்தனங்களை நம்மால் நினைவுபடுத்தி சிரிக்க வைக்கிறது, சில ஆண்டுகளுக்கு முன்பு தர்மபுரியில்

கைலாஷ் சிவனை சந்தித்ததும் என் நண்பர் அவரைக் குறித்துக் குறிப்பிட்டதும் நினைவுக்கு வருகிறது, தன்னை படமெடுத்துவிடக்கூடாது என்று பிடிவாதமாய் மறுத்த அம்பையுடன் 'நீங்கள் எழுத்தாளன் என்றால் நான் கலைஞன், வியாபாரி அல்ல' என்று மார் நிமிர்த்திப் பேசிய வைட் ஏங்கிள் ரவி எனக்கும் புதுமைப்பித்தன்தாண்டே ஆதர்ஷம் என்று தமிழ்ச்செல்வனை ராணுவத்திலிருந்து விடுவித்த அந்த பெயர் தெரியாத மேஜர், ஏற்கனவே நமக்குத் தெரிந்த ஆளுமைகளைக் குறித்தும் அவர்களைப் பற்றிய நமது புரிதல்களை மேலும் உறுதிப்படுத்தும்விதமாகவும் பதிவுகள் உள்ளன, மேடையில் தனக்குச் சமமாக அன்றைய பாண்டிச்சேரி சபாநாயகர் கண்ணனுக்கு இருந்த நாற்காலியை எடுக்கச் சொல்லிவிட்டு, கண்ணனை கீழே உள்ள நாற்காலியில் உட்காரும்படி கைகாட்டும்போது நாம் உணரும் ஜே.கே.யின் கம்பீரம் சாகித்ய அகாதமி பரிசுக்காக சா.கந்தசாமிக்கு ஓட்டுப் போடாமல் லட்சுமிக்கு ஓட்டுப் போட்டதாக சொல்லும்போது குறுகிப் போகிறது, சில ஆளுமைகளைக் குறித்து எழுதும்போது அவரது பெருமைகளையும் சாதனைகளையும் குறிப்பிடும் அதே நேரத்தில் அவர்களது பலவீனங்களையும் போதாமைகளையும் சுட்டிக் காட்ட தயங்கவில்லை பவா, பாரதிராஜா சமூகம் என்பது நாலு பேர் கதைக்குப் பிறகு எதையுமே படிக்கவில்லை என்று குறிப்பிடும் பவா, எதன் பொருட்டோ பிரபலம் வாசிப்பைத் துப்புறத் துடைத்துவிடுகிறது என்று குறிப்பிட்டிருக்கிறார், ஜெயகாந்தனைப் பற்றிய இறுதிப் பகுதியில் உடல் நிலை பாதிக்கப்பட்டு கலைஞரோடு சமசரமாகி,, என்று தன் விமர்சனத்தை வெற்றிடத்தில் பதிவு செய்கிறார், அதே நேரத்தில் பவாவின் சில பதிவுகள், அவரது அனுபவங்கள் கருத்துக்கள், என்றாலும் சற்று மிகையானதாக படுகிறது, குறிப்பாக இயக்குநர் மிஷ்கினைக் குறித்தும் எஸ் ராமகிருஷ்ணன் குறித்தும் அவரது வரிகள், அந்த பதிவில் நமக்கு அனுபவமாகும் மிஷ்கின் வேறு, அவரது படங்களின் வழியாக நான் புரிந்து கொண்டிருக்கும் மிஷ்கின் வேறு, இது முழுக்க முழுக்க பவாவின் அனுபவ உலகம், தான் உணர்ந்தவாறு அனுபவித்தவாறு குதூகலத்தோடும் ஆச்சரியத்தோடும் நெகிழ்ச்சியோடும் எந்தப் பாசாங்கும் இன்றி எழுதியுள்ளார், இவர்களைப் பற்றிய வாசகனின் கருத்துக்கள்

வேறாக இருக்கலாம், பல்வேறு விதமான விமர்சனங்கள் இருக்கலாம், இதில் பவா குறிப்பிட்டிருக்கும் ஆளுமைகள் எனக்குள் ஏற்படுத்தியுள்ள உணர்வை விட முக்கியமானது பவாவைக் குறித்து நான் உணர்ந்தது, இத்தனை முக்கிய ஆளுமைகள், சினிமாக் கலைஞர்கள், எழுத்தாளர்கள், பிரபலங்கள், இடதுசாரித் தோழர்கள் என்று எல்லோரையுமே பவா தன் எளிமையால் அன்பால் ஈர்த்திருக்கிறார் என்பது முக்கியமானது, இவர்கள் எவரிடத்திலும் பவாவுக்கு எந்தவொரு திட்டமும் இல்லை, எதிர்பார்ப்பும் இல்லை, மம்முட்டியும் திலகவதியும் சாப்பிட்ட அதே தட்டில்தான் கைலாஷ் சிவனும் கோணங்கியும் சாப்பிட்டிருக்கிறார்கள், அவருக்கு எல்லோருமே நண்பர்கள், ஆளுமைகளோ பிரபலங்களோ அல்ல, இவர் சினிமாக்காரர், இவர் எழுத்தாளர், இவர் இடதுசாரி, இவர் அதிகாரி என்றெல்லாம் பவாவிடம் எந்தப் பாகுபாடுமில்லை, அனைவருக்கும் விரிந்த கதவுகளுடன் விசாலமான இதயத்துடன் பவா காத்திருக்கிறார், பவா என்கிற இந்த அபூர்வமான ஆளுமையின் அளப்பரிய அன்பின் வெளிச்சமே இந்த நூலில் உள்ள ஆளுமைகளின் பக்கங்களில் ஒளி வீசுகிறது,

சூத்ரதாரி

சலனத்தை ஏற்படுத்தும் மாமழை!

அன்புள்ள பவாவுக்கு,

தமிழகமெங்கும் மழை பொழிந்து கொண்டிருக்கிறது. கடுங்கோடையில் பொழியும் மழையினால் என் மனதில் உற்சாகம் பொங்குகின்றது. நிச்சயம் உங்கள் மனமும்தான். மழைக்காலமும் பனிக்காலமும் தமிழகத்தை பொறுத்தவரையில் சுகமானவை. பெய்ய வேண்டிய நேரத்தில் பெய்கின்ற மழைக்கு இணை எதுவுமில்லை. சங்க இலக்கியத்தில் முல்லைப்பாட்டிலும் நெடுநல்வாடையிலும் மழை பற்றிய பதிவுகள் இளம்பெண்ணின் மன உணர்வுகளாக விரிந்துள்ளன. அவை இன்றைய வாசிப்பிலும் மனதில் சலனத்தை ஏற்படுத்துகின்றன. இலக்கியத்தில் மழை முக்கிய இடம் பெற்றுள்ளது. நிரம்பச் சொல்ல முடியும் என்றாலும் பவா செல்லதுரையின் 'சத்ரு' சிறுகதை இப்பொழுது. அக்கதை மழையை முன்வைத்து மனிதமனங்களின் நுட்பங்களைப் பதிவாக்கியுள்ளது. கடந்த சில ஆண்டுகளாக மழையே இல்லாமல் கடுமையான வறட்சி. எங்கும் வறுமையான சூழலில், மாரியம்மனுக்குக் கூழ் ஊற்றி வேண்டுவதற்காகக் கிராமத்தினர் சிரமப்பட்டுச் சேகரித்த தானியத்தினைப் பொட்டு இருளன் என்ற திருடன் திருடி விட்டான். ஆத்திரமடைந்த ஊரார் திருடனைப் பிடித்துக் கட்டிப்போட்டுப் பொழுது விடிந்தால் அவனுக்கு மரண தண்டனை என விதிக்கின்றனர். இரவில் திடீரென மழை கொட்டித் தீர்க்கின்றது. மண் நெகிழ்வதுபோல ஊராரின் மனங்கள் ஈரத்தினால் ததும்புகின்றன. திருடன் விடுவிக்கப்படுகின்றான். கொடிய

தொகுப்பு : மதுகை ◆ 163

வறுமையினால் வாடி வதங்கிய கிராமத்தினரின் மனதில், மழை ஏற்படுத்தும் மாயாஜாலம் விநோதமானது. பவாவின் மொழியில் கதைசொல்லல் ஏற்படுத்தும் அனுபவங்கள் முக்கியமானவை. (நட்சத்திரங்கள் ஒளிந்து கொள்ளும் கருவறை சிறுகதைத் தொகுப்பு வம்சி பதிப்பக வெளியீடு) .எவ்வளவுதான் இயற்கையை வென்று விட்டேன் என மனிதன் சவால் விட்டாலும் மழை மனிதர்களை இயற்கையுடன் பிணைக்கின்றது.மாமழை போற்றுவோம்.. மாமழை போற்றுவோம்

ந.முருகேச பாண்டியன்

மாதேஸ்வரா!

அன்புள்ள பவாவுக்கு,

நிகழ்வுக்கு நிச்சயம் வரவியலாது என்றுதான் எல்லோரிடமும் சொல்லிக்கொண்டிருந்தேன். ஆனால் நினைவுகளை இறக்கி வைத்தால் மட்டுமே அடுத்த வேலையை நோக்கி மனம் நகரும் என்ற நிலை. எனவே, சற்றே பெரிதாக இருப்பின் பொறுத்துக்கொள்ளவும். எப்போதுமே, இயலாத ஒன்றை ஏன் முயலக்கூடாது என்று இறுதி நிமிடம் வரை ஏதோ ஒரு நம்பிக்கை இருந்து கொண்டே இருக்கும். வெள்ளி அன்றும் அப்படித்தான். பணிகளை மூட்டைக் கட்டி வைக்க நள்ளிரவு வரை ஆகிவிட்டதால், பின்னிரவில் அலுவலகத் தம்பிகளை அழைத்தேன், இப்பவே கிளம்பலாமே என்றனர். உங்கள் அனைவரையும் காணப்போகும் உற்சாகத்தில் களைப்பெல்லாம் பறந்து, அதிகாலையில் அந்தியூரை நோக்கிப் பயணமானோம். வழியெங்கும் மேகக்கூட்டங்கள், எப்போதும் ரசிக்கும் ஒன்று முதல்முறையாக கலக்கத்தை ஏற்படுத்தியது, எங்கே நிகழ்வை பாதித்து விடுமோவென்று. தாமரைக்கரையில் கால் பதித்ததும் முதல் மழையாய், வாடி ராசாத்தி என்ற பாரதி அம்மாவின் முத்த மழையில் நனைந்தேன். தன்னோடு வரவில்லை என்ற கோபத்தில் மூன்று வயது சிறுவன் போல முகத்தை திருப்பிக்கொண்டார் செந்தில். அந்தச்சிறு மலைகிராமத்தில் திரும்பிய பக்கமெல்லாம் கார்களும் பைக்குகளுமாக நிறைந்திருந்தன. சந்தித்த ஒவ்வொரு கண்களிலும் அன்பும், பவா எப்படி இம்மண்ணின் இன்னல்களை ஆவணமாக்கிய பாலமுருகன்

அவர்களின் சோளகர் தொட்டியை கதையாய் சொல்வார் என்ற ஆவல் மட்டுமே. அக்கா என்று சத்தமிட்டுக்கொண்டே எங்கிருந்தோ ஓடி வந்தான் தம்பி பிரகாஷ். அவனின் அன்பு விசாரணை ஆரம்பித்த மதியத்திலேயே வானம் மெதுவாய் இருட்டிக்கொண்டிருந்தது. ''இன்னக்கி மட்டும் மழ வந்துச்சுன்னா, நாமளும் ஏதோ பெரிய பாவம் பண்ணியிருக்கோம்டா தம்பி'' என்று வி.பி.ஜி அய்யா புலம்பியதாக அவனும் புலம்பினான். மழை வந்தா என்னடா, அதுக்கும் சேர்த்து கதை சொல்வோம் என்று சமூக அறிவியல் பள்ளியை நோக்கி நகர்ந்தோம். உள்ளூர் மக்கள் சிறு சிறு கூட்டமாக வெளியே வந்து கொண்டிருந்தனர். ''எங்க போறீங்க எல்லோரும்? ஃபங்ஷன முடிச்சுட்டுப்போங்க''. ''மழ வர்ற மாதிரி இருக்கு சாமி, வூட்ல எல்லாம் உள்ள எடுத்து வைக்கணும்'' என்று நகர்ந்தனர். என்ன ஆனாலும் பார்த்துக்கலாம் என்று எண்ணிக்கொண்டே நிகழ்வில் கரைந்தேன். அனைவரின் முன்னுரைகள் முடிந்தபின் பவா தன் கதையாடலைத் துவங்கினார். எப்போதும் கம்பீரமாக உரையாடும் அக்குரல் அன்று சற்று உடைந்தே தொடங்கியது. இந்தக் கதைய எங்கிருந்து ஆரம்பிக்கறதுன்னு தெரியல, இதுல மாதின்னு ஒரு பொண்ணு இருக்கா என்று அவளைப்பற்றியும் அவளின் பூப்பெய்திய பதின்ம வயது மகளோடும் ஆரம்பித்தார். நள்ளிரவில் அதிரடிப்படையினரால் விசாரணை என்று மாதியும் அவள் மகளையும் போலீஸ் ஜீப்பில் அழைத்து செல்வதில் தொடங்கி, லாக்கப்பில் அவர்கள் இருவரும் பட்ட சித்ரவதைகளை சில நிமிடங்கள் தான் சொல்லியிருப்பார். அதற்குள்ளாகவே மனம் கனத்து, கண்கள் கட்டுப்பாட்டை இழந்தது. ஒரே நாளில் மாதியும், மகளும் பலபேரால் புணரப்பட்டு உதிரம் சொட்டச்சொட்ட கிழிந்த காகிதம் போன்று தரையில் கிடத்தப்பட்டபோது, "உன் மேல எத்தன பேரு படுத்தாங்க" என்று மகள் ஈனக்குரலில் மாதியிடம் கேட்க, தங்களைக் காப்பற்ற யாருமே இல்லையா? என் அப்பன் செத்துட்டான், ஆத்தா செத்துட்டா, மாதேஸ்வரா... நீயும் செத்துட்டியா...? என்ற மாதியின் அழுகுரல் அன்று கேட்டதோ தெரியவில்லை. ஆனால் இன்று இந்நிகழ்வின் வாயிலாக அவன் காதுகளில் விழுந்திருக்கலாம். பேரிரைச்சலுடன் இடி, மின்னலுமென

மழை வானை கிழித்துக்கொண்டு கொட்டத்துவங்கியது, குற்றவுணர்வில் குன்றியிருந்த மாதேஸ்வரனின் கண்ணீராய். விழியில் வழிந்த நீரைத் துடைக்க அவசியமின்றி அவன்போல் கையாலாகாத எங்களையும் முற்றாய் கழுவியது வானம். இப்போது நின்றுவிடும், இதோ விட்டுவிடும் என்று கூட்டம் கலையாமல். ஆனால், அதன் ஆற்றாமை வெள்ளமெனப் பெருக்கெடுத்துக் கொண்டே இருந்தது. இரண்டு மணி நேரத்தொடர் அழுகைக்குப்பின் வானம் சற்றே ஓய்ந்த போது மாலை மணி ஆறு. இந்தக்கதையை சொல்லாம நான் எங்கயும் போக மாட்டேன், நாளைக்கு காலையில பத்து மணிக்கு மறுபடியும் தொடரலாம் என்றார் பவா. நிச்சயம் அதைத் தொடர்ந்து கேட்கும் மன நிலையில் இல்லை. தொப்பலாய் நனைந்த உடைகளோடும் கனத்த உள்ளத்தோடும் யாரிடமும் சொல்லாமல் திரும்ப ஆரம்பித்தேன். எதிரே அன்புராஜ், "பாருங்க தோழர் எங்க நெலமைய வெளியே சொல்றது இந்த இயற்கைக்குக் கூட பிடிக்கல போல" என்று தழுதழுத்தார். உடலில் மழையின் ஈரம், அம்மக்களின் உதிரமாய் பிசிபிசுத்துக்கொண்டே கீழிறங்கிய ஒவ்வொரு திருப்பத்திலும், மலை உச்சியிலும், சிறு ஓடையாய், பெரும் அருவியாய் மாதேஸ்வரனின் கண்ணீர் தொடர்ந்தது.

கோமதி பெருமாள்

பற்றுதலோடு ஒரு சொல்....
ஒரு தொடுதல்...

அன்புள்ள பவாவுக்கு,

கைகள் தான் ரத்த நாளங்களின் வழியே இதயத்திற்கு செய்தியை அனுப்புகின்றன. என் கைகளை இன்னும் இறுகப் பற்றிக்கொள்... (மனுஷ் கவிதை)என்று கரம் கோத்து அழைத்துச் செல்கிறது சொல்வழிப் பயணம். எவ்வளவு வேலைப்பளு இருந்தாலும் வாசிப்பைத் தொடர்வதை வழக்கமாகக் கொண்டிருக்கிறேன். தோழி ஒருத்தி அலுவலகத்தில் மறந்து வைத்துப் போக என் கைக்கு சேர்ந்தது "பவா செல்லதுரையின் சொல்வழிப்பயணம்" பவா எவ்வாறு கதை சொல்வாரோ அவ்வாறே வரிக்கு வரி படித்துப் பார்த்தேன் ஒரு வாசகியாய்... நிறைய எழுத்தாளர்களை புத்தகங்களை கதைகளை அடுத்த தலைமுறைக்குக் கடத்தும் மகத்தானப் பணியை பவா இயல்பாகச் செய்துக்கொண்டிருக்கிறார்... பசி பிரபஞ்சத்தில் அனைத்து உயிருக்குமான பெருவலி; பசியின் ரணம் மனிதனின் மனதை எதற்கும் தயார்படுத்தும்... இந்த வரிகள் எனக்குள் ஏற்படுத்திய தாக்கம் அதிகம் உடைந்து அழுவதற்குத் தயாராக இருக்கிற மனிதர்களுக்கு ஒரு தொடுதல் போதும். அவர்கள் கட்டி வைத்திருக்கிற அணைகள் உடைந்து விடும்... ஆம் சொல்வழிப்பயணம் சொல்ல வரும் உணர்வுக் குவியல்கள் ஏராளம். சூரிய வெளிச்சம் படாத ஊற்றுத் தண்ணீரைப் போன்றது கலைஞனின் வாழ்க்கை எஸ்.ரா... யானைகளைப் பார்க்கும்போதெல்லாம் எனக்கு

பெண்களின் ஞாபகம் வரும் தங்களின் பலம் அறியாதவர்கள் அவர்கள் பிரபஞ்சன்.

நிறைய கதைகளை... கிருஷ்ணன் நம்பி, கண்மனி குணசேகரன், சா.கந்தசாமி முதற்கொண்டு நிறைய எழுத்தாளர்களை பற்றி அவர்களின் வரிகளைப் பற்றி பகிர்ந்து இருக்கிறார் பவா செல்லதுரை. நேசத்தையும் புன்னகையையும் மனிதனால் சக மனிதனுக்கு எந்தப் பிரதிபலனும் இல்லாமல் வழங்க முடியும். அந்தப் பிரதிபலன் அற்ற நம்பிக்கையை அன்பை வழங்குகிற மனம் நம் எல்லோருக்கும் உண்டு. பரபரப்பில் தேடல்களில் அதை மறந்து இருக்கிறோம்.ஏதாவது ஒரு சொல் ஒரு கைகுலுக்கல் ஒரு பற்றுதல் அந்த மனதை பத்திரப்படுத்தும் என்ற நம்பிக்கையில் பயணிப்போம் என்று சொல்வழிப் பயணம் மனித வாழ்வின் பேரன்பின் பெருநீள பயணத்தைத் தொடங்கி வைக்கிறது...

லாவண்யா ஜீவானந்தம்

உங்களின் பேரன்பு

அன்புள்ள பவாவுக்கு,

வணக்கம் பவாண்ணா சற்றேறக்குறைய மூன்றரையாண்டு காத்திருப்பின் முடிவில் தங்களை நேருக்கு நேராக சந்தித்து நான் பேசிய முதல் வார்த்தை இது... தங்களை வலையொளிப் பதிவின் மூலம் அறிந்து கொண்ட பின் தங்களது அனைத்து வலையொளிப் பதிவுகளையும் சலிக்க சலிக்க பார்த்த பின்பும் கூட சலிக்காத ஆளுமையாக என்னுள் இருந்த தங்களைச் சந்திப்பது என்பது எப்படி நிகழ வேண்டும் என்று மூன்றாண்டுகளுக்கு முன்பு நான் எண்ணியிருந்தேனோ அப்படியாகவே அமைந்தது அந்த நாளில் நான் உங்களை சந்தித்தது. செப்டம்பர் 9 சனிக்கிழமை நாகப்பட்டினம் 2ஆவது புத்தகத் திருவிழாவில் தாங்கள் பேச வருகிறீர்கள் என்பதை அறிந்த அந்த நொடியிலிருந்து துவங்கியது அந்த வேள்வி (அப்படித்தான் அதைச் சொல்ல வேண்டும்). நமது சந்திப்பு நிகழ்ந்து 15 நாட்கள் முடிந்து விட்டது. ஆனாலும் அன்று இரவு நிகழ்வு முடிந்து தங்களைத் தொடர்வண்டியில் அமர வைத்து விட்டுத் திரும்பியபோது தாங்கள் என்னை மிக அணுக்கமாக அணைத்துக் கொண்டு ''பத்தரமா போய்ட்டு வாங்க!'' என்று சொன்ன அந்த வார்த்தையின் கதகதப்பு தான் இன்று இந்தப் பதிவை எழுதிட வைத்தது. ஆகஸ்ட் 30 அன்று தங்களுக்குப் புலனத்தில் நான் எழுதிய பதிவை தாங்கள் முகநூலில் பதிவிட்டிருந்ததாக சூழலியளாளர் நக்கீரன் ஐயா கூறினார். நான் முகநூலில் இல்லாததால் அது எனக்குத் தெரியவில்லை. செப்டம்பர் 8 இரவு தான் நான்

அந்தப் பதிவை என் நண்பனது முகநூல் வாயிலாக சென்று பார்த்தேன். நெஞ்சமெல்லாம் மகிழ்ச்சி. இதற்கிடையே தாங்கள் நிகழ்வில் கலந்து கொள்வதில் சிரமம் இருப்பதாகவும் கலந்து கொள்ள வாய்ப்பில்லை எனவும் பல புரளிகள். கலக்கமான மனநிலையில் கண்ணுறங்கிய நான் செப்டம்பர் 9ஆம் தேதி காலை கண்விழித்த போது புத்தகத் திருவிழா தொகுப்பாளர் நல்லாசிரியர் ஆறு துரைக்கண்ணன் ஐயா, பவா நாகை வந்துவிட்டார். அரசினர் சுற்றுலா மாளிகையில் தங்கியுள்ளார் என தகவல் அனுப்பி இருந்தார். உள்ளத்தில் பற்றிக்கொண்ட பரவசத்தை வார்த்தைகளில் எப்படி கூறிட முடியும். மூன்றரையாண்டு கால காத்திருப்பின் முடிவு அன்று நிறைவேறிட எல்லாம் வல்ல இயற்கை துணை நின்றதற்கு நன்றிகூறி தங்களைச் சந்திக்க புலனத்தில் நேரம் கேட்டேன். மாலை சந்திக்கலாம் என்று தகவல் அனுப்பியிருந்தீர்கள். ஆனாலும் மனம் கேட்கவில்லை. காலை 10.30க்கு தங்களது அறைக்கு வந்தேன். 12 மணிக்கு மேல் வருமாறு தங்களுக்காக நியமிக்கப்பட்ட அலுவலர் கூறினார். அப்போது கூட தங்களிடம் அலைபேசியில் அழைத்து நான் கீழே காத்திருக்கிறேன் என்று கூட பேச மனம் வரவில்லை. ஏனெனில் நான் உங்களுடன் பேசும் முதல் வார்த்தை நேருக்கு நேராக தங்களை என் கண்களுக்குள் நிரப்பி கரங்களை பற்றிக்கொண்டு தான் நிகழ வேண்டும் என்பது தான் எனது மூன்றரையாண்டு தவம். சற்று மிகைப் படுத்துவதாகக் கூட தங்களுக்குத் தோன்றலாம். ஆனால் இது தான் எனது நிலைப்பாடு. அதனால் பல தருணங்களில் நாகைக்கு அருகே திருவாரூர் புத்தகத் திருவிழாவில் தாங்கள் வந்திருந்த போது கூட தங்களை அந்தக் கூட்டத்தின் நடுவே சந்திக்க விரும்பவில்லை. அந்த நிகழ்வில் தான் தங்களை முதன்முதலில் நேரடியாக சந்தித்தேன். திருவாரூர் நண்பர்கள் கூட அழைத்தார்கள் தங்களுடன் புகைப்படம் எடுத்து கொள்ள.. ஆனால் நான் மறுத்து விட்டேன்.. எனது பவா உடனான என் சந்திப்பு இப்படியாக அமையக் கூடாது என... ஒருவழியாக 12.30 மணிக்கு தங்களைச் சந்திக்க வந்தபோது அந்த அலுவலர் உங்களிடம் தகவல் தெரிவிக்க, தாங்களும் இசைவு தெரிவித்து என்னை அவர் மாடிக்கு அழைத்தபோது என்னவோ தேர்வின் முடிவை தெரிந்து கொள்ளும் அந்த

பதட்டத்துடன் அந்தக் கதவைத் திறந்தேன். வெளிச்சம் சூழாத அந்த அறையில் வெளிர் நீல சட்டையும் வெள்ளை வேட்டியுடனும் ஒரு குரல் வாங்க தோழர் என அழைத்தது. எனது மூன்றரையாண்டு கால பெருங்காதலின் முடிவாய் அவரது கரங்களை பற்றிக்கொண்டு நெஞ்சம் நிறைந்த மகிழ்வோடும் பூரிப்போடும் அன்பைத் தெரிவிக்க கண்களும் வாயும் போட்டி போட்டுக்கொள்ள ஒரு விதமான தழுதழுத்த குரலில் ‘‘வணக்கம் பவாண்ணா நல்லாயிருக்கீங்களா!’’ என கேட்ட பின் நான் மௌனித்துவிட்டேன். அதைப் புரிந்து கொண்டு அவரும் அந்த சில மௌன நிமிடங்களை ஏற்று கொண்டு... பிறகு என்னை சற்றே ஆசுவாசப்படுத்தினார். பிறகு அவர் என்னால் பேச முடியவில்லை. தொடர்ந்து நான்கு நாட்கள் தூக்கமில்லை. தொண்டை கட்டிக்கிச்சு. அதனால் என்னால் பேச முடியாது. நீங்க பேசுவதை நான் கேட்கிறேன் என கூறிவிட்டு என்னைப் பேச அனுமதித்தார். என்ஜினியரிங் காலேஜ் பைனல் இயர்ல நடக்கிற கேம்பஸ் இன்டர்வியூல எழுத்து தேர்வு, குழு விவாதம் எல்லாம் முடிச்சு கடைசில இன்டர்வியூல ஏசி ரூம்ல இரண்டு ஆபிசர் முன்னாடி உக்காந்து இருக்கும் போது முதல் கேள்வி கேப்பாங்கல்ல.. Tell me about yourself? அப்படினு.. அப்படி கேக்குறப்ப நாம பிரிப்பர் பண்ண எல்லாம் மறந்து ப்ளாங்கா அவங்களை ஒரு பார்வை பார்ப்போம்ல.. அப்படித்தான் இருந்தது அந்த நேரத்தில்.. என்னால பேச முடியாது ஆனால் நீ பேசுறத நான் கேட்கத் தயாரா இருக்கேன்னு பவா சொன்னப்ப... அப்புறம் பக்கத்தில் இருந்த தண்ணிய குடிச்சிட்டு பவா எனக்கு முதன்முதலில் எப்படி அறிமுகம் என்பதைத் தொடங்கினேன். மார்ச் 8, 2020ல் மகளிர் தினத்தை முன்னிட்டு அப்போது வெளிவந்த நிவேதிதா லூயிஸ் எழுதி மைத்ரி புக்ஸ் வெளியிட்ட ‘முதல் பெண்கள்’ எனும் நூலை நாகையில் 2016 முதல் நடைபெற்றுவரும் முக்கூடல் இலக்கிய நிகழ்வில் பேசலாம் என நிகழ்ச்சி ஏற்பாடு செய்திருந்தோம். ஆனால் மார்ச் 6ஆம் தேதி தோழர் பிரேமா ரேவதி (மைத்ரி புக்ஸ்) ஊரில் இல்லை என்பதைத் தெரிவிக்க நிகழ்வை அடுத்த வாரம் ஒத்தி வைத்தோம். மார்ச் 8 ஞாயிற்றுக்கிழமை காலை 11 மணிக்கு வீட்டில் கட்டிலில் படுத்துக்கொண்டு இந்நேரம் முக்கூடல் நடக்க வேண்டியது

என சிந்தித்துக் கொண்டிருந்த வேளையில் புலனத்தில் ஒரு மெசேஜ். அது ஒரு வலையொளிப் பதிவின் இணைப்புச் சுட்டி (youtube link). அனுப்பியது சிதம்பரத்தில் இருக்கும் எனது பெரிய அத்தான் அமிர்த கணேசன். பொதுவாக இலக்கியத்தை நேசிக்கும் வீட்டில் அதற்கு அனுகூலமான ஆதரவு இருக்காது என்ற பொதுவான விதிக்கு நான் ஒன்றும் விதிவிலக்கல்ல.. அப்படியான ஒரு சூழலில் எனக்காக இலக்கியம் சார்ந்த ஒரு வலையொளிப் பதிவை அத்தான் அனுப்பியிருக்கிறார் என்பதே எனக்கு சற்றே வியப்பாகவும் ஆறுதலாகவும் இருந்தது. வலையொளிப் பதிவைத் திறந்தால் ஜெயகாந்தன் எழுதிய ‘‘ஒரு மனிதன். ஒரு வீடு, ஒரு உலகம்’’ நாவல் குறித்து பவா செல்லதுரையின் பெருங் கதையாடல். சற்றேறக்குறைய 1.35 நிமிடங்கள்.. ஒரே ஸ்ட்ரெச்சில் முழுவதையும் கேட்டு விட்ட பின்பு அன்றைய நாளில் என்னால் என்ன செய்வதென்று தெரியவில்லை. ஏனெனில் எனக்கு நாவல் புதியது. அதை இப்படி மெய்மறந்து ரசிக்கும் வகையில் வசீகரக் குரலில் கதை சொல்லும் நிகழ்வு புதிது. அதைவிட கதைசொல்லி பவா செல்லதுரை புதிது.. இப்படி எல்லாம் புதிதாக இருக்கும் போது என்னை அது புதிதானவனாக உணர வைத்தது. மாலை, இரவு என அன்றைய நாள் முழுவதும் நண்பர்கள்கிட்ட அக்கா கிட்ட என அதை பற்றிப் பேசித் தீர்த்தேன். அன்று முதல் பவா எனும் அந்த கதைசொல்லியை பின்பற்றத் துவங்கினேன். வலையொளியில்... குடும்பம், அஞ்சலகப் பணி, சமூகப் பணி என தொடர்ந்து இயங்கி கொண்டிருந்தாலும் இரவு பவாவின் கதையோடு தான் உறங்கச் செல்வேன். ஒரு நாளில் இரண்டு பதிவாவது கேட்டு விடுவேன். இப்படித் துவங்கிய பவா உடனான பயணம் கொரோனா எனும் பெருந்தொற்று காலத்தில் என்னை முழுமையாக தொற்றிக்கொண்டது. நேரம் கிடைக்கும் போதெல்லாம் பவாவின் கதை சொல்லும் வலையொளிப் பக்கங்கள்தான். ஏப்ரல் 15க்குள் அவரது அனைத்து வலையொளிப் பதிவுகளையும் பார்த்துவிட்ட பெருமிதம் எனக்குள்ளே... சந்திக்கும் நண்பர்கள் அனைவரிடமும் பவா குறித்த அறிமுகம், கதை சொல்லும் வலையொளிப் பதிவுப் பகிர்வு பின் அதுகுறித்து கலந்துரையாடல் என கொரோனாவின் முதல்

அலை எனக்குள்ளே பவாவின் காலமாகவே சென்றது. அந்த காலகட்டத்தில் அவர் தனது 'மேய்ப்பர்கள்' எனும் நூலில் அவர்களது நண்பர்கள் குறித்து எழுதியதை ஒவ்வொரு நாளும் ஸ்ருதி வலையொளி பக்கத்தில் ஒரு எட்டு மணி வாக்கில் பதிவேற்றம் செய்வார்கள். அதனை முதலில் பார்க்கும் 500 நபர்களுக்குள் நான் இருந்திட வேண்டும் என்பதே அந்த காலகட்டத்தில் எனது குறிக்கோளாக இருக்கும். அதை ஸ்கீரின்ஸார்ட் எடுத்து வைத்த காலங்களும் உண்டு. அதை நண்பர்களிடம் காண்பித்தபோது ரொம்ப முத்திட்டு போலயே என அவர்கள் நகைத்ததை எல்லாம் நினைக்கும் போது இப்போது சிரிப்பு தான் வருகிறது.. இப்படியாக எனது ஆரம்பகால சில பைத்தியகாரத்தனங்களில் துவங்கி, நாகையில் நடைபெறும் முக்கூடல் இலக்கிய நிகழ்வு, நாளை இயக்கம், நட்பதிகாரம், அறிவியல் இயக்கம், தமிழ்நாடு சிறார் எழுத்தாளர்கள் கலைஞர்கள் சங்கம் என பலவற்றை பற்றி பவ விடம் பேசி முடிக்கும்போது அது ஏதோ மனனம் செய்த மனப்பாடப் பாடலை சொல்லி முடித்த நிறைவு மனதுக்குள்.. இதை அனைத்தையும் மிக்க பொறுமையுடன் கேட்டு கொண்டிருந்த பவா விடம் கடைசியாக ஒரு கோரிக்கை வைத்தேன். பேசுவதைத் தவிர எது வேணாலும் சொல்லுங்க செய்றேன் என்றார். எனது ஸ்டேட்டஸ் ல் பவா புத்தகத் திருவிழாவில் பேச நாகை வருவதைப் பார்த்த எனது பள்ளிக்கால நட்பதிகாரம், தோழமை வழக்கறிஞர் ரோகிணி சரவணராஜ் தனக்காக ஓர் ஆட்டோகிராப் வாங்கித் தருமாறு கேட்டுக்கொண்டதை அவரிடம் சொன்னேன். செல்ஃபி, ஸ்டோரி, ரீல்ஸ், சார்ட்ஸ் என பல தொழில்நுட்பங்கள் இருந்தாலும் நினைவை சிநேகிக்க ஆட்டோகிராப்பை நம்பும் அப்பாவி 90களின் குழந்தைகள் (90s kids) நாங்கள் என்ற விவரிப்புடன்... புன்னகைத்துக்கொண்டே புத்தகத்தில் வாழ்த்துகளுடன் பவா என கையொப்பமிட்டுக் கொடுத்தார். சற்றேறக்குறைய 40 நிமிடங்கள் நான் எப்படியெல்லாம் பவா உடன் பேச வேண்டும், அந்த சூழல் எப்படியானதாக இருக்க வேண்டும் என்றெல்லாம் கற்பனை செய்து வைத்திருந்தேனோ அப்படியான சந்திப்பு அன்றைய தினம் சாத்தியமானது. நிறைவாக ஒரு சுயமி (செல்ஃபி) எடுத்துக்கொண்டு மதியம் விடை பெற்றேன் மாலை

புத்தகத் திருவிழாவில் சந்திப்போம் என்கிற மகிழ்வோடு.. மாலை புத்தகத் திருவிழாவின் சிந்தனையரங்கில் முதல் அமர்வில் சூழலியளாளர் நக்கீரன் ஐயா 'நமது நாகையும் சுற்றுச்சூழலும்' என்ற தலைப்பில் பேசும்போது பவா அரங்கிற்கு வந்துவிட்டார். முதல் வரிசையில் அவரை சந்தித்து அவருடன் அமர்ந்து நிகழ்வை ரசிக்க வாய்ப்பு கிடைத்தது மகிழ்வான தருணம். அவருடன் அமர்ந்ததை அன்பு தம்பி ராஜேஷ் கன்னா புகைப்படம் எடுத்து அனுப்பியிருந்தான்.. அதுதான் தற்போது வரை எனது புலனத்தின் profile picture-ஆக உள்ளது. அடுத்து பவா நிகழ்வில் பேசியது அனைவரையும் கவர்ந்தது. தொண்டை கட்டி கொண்டதால் பேச சற்று சிரமப்பட்டாலும் அவரது பேச்சும் பேசுபொருளும் சிந்தனையரங்கத்தின் பொருண்மையை சிறக்க வைத்தது. அனைவருக்கும் பரம திருப்தி. நிகழ்வு முடிந்து அனைவரும் அவருடன் புகைப்படம் எடுத்துக்கொள்ள நண்பர்களுடன் நானும் புகைப்பட படையெடுப்பில் நின்று கொண்டேன். பின் நக்கீரன் ஐயாவை வழியனுப்பி வைத்துவிட்டு பவாவை வழியனுப்பி வைக்க அவரது அறைக்கு வந்தபோது அவர் சாப்பிட்டுக் கொண்டிருந்தார். தோழர் வாங்க, எங்க கூட சாப்பிடுங்க என வாஞ்சையுடன் அழைத்தார். பிறகு சாப்பிட்டு முடித்து தொடர்வண்டி நிலையம் சென்றடைந்ததும் அவருக்கான தனிமை நேரமாய் பத்து நிமிடங்கள் எடுத்துக் கொண்டார். பிறகு தொடர்வண்டி நிலையத்திற்கு வெளியே சென்று திரும்பும் போது வாழைப்பழங்கள் வாங்கி வந்து எனக்கும் மற்றுமொரு நண்பருக்கும் கொடுத்துவிட்டு அவரும் சாப்பிட்டு விட்டு அங்கு காத்திருந்தோம். அப்போது மீண்டும் அணுக்கமாக ஒரு புகைப்படம் எடுத்துக் கொண்டோம். பின் தொடர்வண்டி வந்ததும் அவருக்கான இருக்கையை கண்டுபிடித்து அமர வைத்து விட்டுத் திரும்பும்போது மிகவும் நேசமாக எழுந்து நன்றி தெரிவித்து அணைத்துக் கொண்டு விடை கொடுத்தார். இப்படியாக அன்றைய நாள் முழுவதும் பவாவின் நினைவுகளுடன் நிறைவுற்றது. 15 நாட்களுக்குப் பிறகும் இதனை இப்படியானப் பதிவாக எழுத முடிகிறது என்றால் அது பவாவின் மீதான அன்பும்.. தனது அன்பிற்குரியவர்களை பவா அன்பு செய்யும் மாண்பும் தான்.. உலகின் எந்த மூலைக்குச் சென்றாலும்

பவாவிற்கு ஒரு வாசகன் இருப்பான். அப்படியாக நாகையில் அவருக்கான ஒரு வாசகனாக நானும்... அன்பு செய்ய.. இனிவரும் காலங்களிலும் இப்படியான பவா உடனான பல தருணங்களை ஏற்படுத்தி தந்திட எல்லாம் வல்ல இயற்கை துணைநிற்கும் என்ற நம்பிக்கையுடன்..

செகுரா,
நாகப்பட்டினம்

எளிய மனிதன்...

அன்புள்ள பவாவுக்கு,

அன்பான வணக்கம் பவா சார். உங்களப் பத்தி எனக்கு பெருசா ஒண்ணும் தெரியாது. இதுவரை நீங்க எழுதிய எதையும் படித்ததில்லை (கிடைக்கல). நீங்க கலந்துகிட்ட நிகழ்ச்சிகள் எதுலயும் நேர்ல கலந்துகிட்டது கிடையாது. நான் திருவண்ணாமலை யோகிராம் சுரத்குமாரை என் குருவாய் கடந்த 25 வருடங்களாக வழிபடுபவள். அது தெரிந்த ஓர் ஆன்மீக நண்பர் ஒரு சில ஆண்டுகளுக்கு முன் நீங்கள் அவரை முதல் முதலாக சந்திக்க போனது உங்களின் இரண்டாவது குழந்தையின் வருகையை அவர் உறுதிப்படுத்தும் விதத்தில் பேசியது..ஆன்மீக அன்பராக அல்லாது நண்பராக பாவித்து அவர் உங்களிடம் பேசியதை நீங்க பகிர்ந்த வீடியோ ஒன்றை எனக்கு அனுப்பி இருந்தார். முதன்முதலாக நான் உங்களைப் பார்த்தது, உங்கள் குரலை கேட்டது அப்படித்தான். அப்போ எனக்கு நீங்க எழுத்தாளர் பேச்சாளர் இலக்கியவாதினு எதுவும் தெரியாது. அதன் பின் எதேச்சையாக (தேடி எல்லாம் இல்லை) எங்கள் நூலகத் துறையின் மாவட்ட புத்தகத் திருவிழாக்களிலும் வேறு சில நிகழ்ச்சிகளிலும் உங்க பேச்சை கேட்டேன். என்ன சொல்றது எப்படி சொல்றதுனு தெரியல. என் மனசுல தோணினதை சொல்றேன். என்னடா இந்த ஆளோட பேச்சு நம்மள இப்படி ரசிச்சு இடை விடாத முழுசா கேட்க வைக்குதே. எவ்ளோ தெளிவு எவ்ளோ யதார்த்தம்...ஆளை பார்த்தா கறுப்பா வெற்றிலை போட்ட வாய் போல் சிவந்து.. தோற்றத்தில்

மிகச்சாதாரண ஏன் ஏதோ ஒரு சிறிய ஊரில் உள்ள எளிய மனிதர் போல.. ஆனா இந்த ஆளோட பேச்சும் கதையும் அதை சொல்ற எளிய நடையும் பாமரர்களுக்கும்(நானும் கிட்டத்தட்ட அந்த கேட்டகரி தான்) புரிந்து ரசிக்கற மாதிரினு உங்க மேல மிகுந்த நன்மதிப்பு வந்துடுச்சு. அவ்ளோ தான். அப்பப்போ மொபைல் நோண்டறப்போ கண்ல படறப்போ பார்ப்பேன் கேட்பேன் மனம் குளிர ரசிச்சுக் கேட்பேன். உங்களப் பத்தி யார்கிட்டயும் பேசினதோ சொன்னதோ கூட கிடையாது. நான் இருக்க சூழ்நிலையில உங்களப் பத்தி சொல்லி பகிர்ர அளவுக்கு யாரும் இல்ல. இப்படியே இருந்தபோது தான் ஒரு இரண்டு மாசம் முன்னதாகனு நினைக்கறேன் என் மனம் நெருங்கிய நீ....ண்ட கால சினேகிதி சேலம் ஜெயந்தி உங்களப் பற்றி நீங்க அவங்க வீட்டுக்கு சைலஜா வுடன் வந்து இருந்து போனதைப் பத்தி அவளது தோழி பரிமளாவுடன் சேர்ந்து சொன்னாள். எனக்கு ஒரே சந்தோஷமாக ஆச்சரியமாக இருந்தது. இப்ப மேல உங்கள பத்தி உங்ககிட்ட சொன்ன விசயத்தை எல்லாம் சொல்லி சந்தோஷ பட்டேன். சென்ற மாதம் நான் ஜெயந்தி வீட்டில் இருந்த போது பரிமளா அவங்க பையனின் விசேஷத்திற்கு அழைப்பிதழ் கொடுத்து நீங்க அதுக்கு வருவீங்க வந்தா பவாவை பார்க்கலாம்னு சொல்லிக் கூப்பிட்டாங்க. அதே தேதியில் எங்க வீட்டு விசேஷம் இருந்ததால வர முடியல. இப்போல்லாம் ஜெயந்தியும் முன்னாவும் உங்களுடான போட்டோஸ் எல்லாம் அப்பப்போ அனுப்பறாங்க. Fb -லயும் உங்களுக்கு பிரண்டு ரிகவஸ்ட் கொடுத்த பின்பு உங்கள நிறைய பார்க்கறேன். இதெல்லாம் உங்க கிட்ட பகிர்ந்துக்க தோணுச்சு. சரி பவா சார். ரொம்ப சந்தோஷம் உங்களுக்கு இவ்ளோ பெரிய மெசேஜ் பொறுமையா டைப் பண்ணி அனுப்புவதில். வாய்ப்பு கிடைக்கும் போது நேரில் சந்திக்கறேன். உங்களுக்கும் சைலஜாவிற்கும் என் மனமார்ந்த அன்பும் வணக்கமும்

ஆனந்தி ரமேஷ்

அன்புள்ள பவாவுக்கு,

பவா , கனிமொழி அவர்கள் பேசிய பதிவை மீண்டும் இன்று கேட்க என் மனம் துடித்தது.. எல்லா வேலைகளையும் ஒதுக்கி வைத்து விட்டு கேட்டுக் கொண்டிருந்தேன். உண்மையில் அவ்வளவு உயர் பதவியில் இருக்கும் ஒரு நபர் இப்படி ரசித்து ரசித்து பேச வேண்டிய அவசியமே இல்லை. உங்களின் வார்த்தைகளும், எழுத்தும், இயல்பும், மனதும் அவர்களின் மனதை எந்த அளவுக்கு வசீகரித்து இருந்தால் இவ்வளவு ரசித்துப் பேசி இருக்க முடியும்.. உண்மையில் ‘நீங்கள் மனித மனங்களின் மிகப்பெரிய ஆளுமை..’ அதே போன்று பன்னீர்செல்வம் அவர்கள் பேசும்போது ஒரு வார்த்தை சொன்னார். ‘எழுத்துக்கள் பல நேரங்களில் ஒப்பாரிகளாக மாறிவிடுகிறது. அந்த ஒப்பாரிகள் இவர் கதையில் இல்லை’ என்று.. உண்மையான வார்த்தை.. இன்னொன்றும் சேர்த்து சொன்னார். வலிகளையும், அவமானங்களையும் தன்னம்பிக்கையின் மூலமாக எதிர்த்து நிற்கும் நேர்மறையான மனோபாவத்தில் தான் கதைகள் அமைய வேண்டும் என்று.. உண்மை தானே.. ‘எழுத்து எப்போதும் இயல்பாக இருக்க வேண்டும். ஒரு போதும் அது இயலாமையின் வெளிப்பாடாக மாறி விடக்கூடாது..’

ஷோபனா

பசி என்கிற ஆக்டோபஸ்!

அன்புள்ள பவாவுக்கு,

அன்புத் தோழர் பவாவிற்கு வணக்கம் சென்ற மாதம் தாங்கள் வெளியிட்ட 'சொல்வழிப் பயணம்' நூலில் வரும் அனைத்துக் கட்டுரைகளும் படித்து முடித்தேன் அதில் வரும் ஒவ்வொரு கட்டுரைகளும் ஏதோ ஒரு வகையில் பின்னிரவுகளில் உறங்கவிடாமல் செய்துவிடுகிறது. நத்தையின் மீது இருக்கும் ஓட்டின் கனம் நமக்குத் தெரியுமா என்ன? அது நத்தைக்குத் தானே தெரியும்! இப்படி கண்ணுக்குப் புலப்படாத மனித மனங்கள் சுமக்கும் கனம் நிறைந்த வலிகளை, அவமானங்களை, பெரும் துயரங்களை எப்படி உங்களால் மட்டும் இவ்வளவு துல்லியமாக கணக்கிட்டுச் சொல்ல முடிகிறது என்பது பெரும் ஆச்சரியம்தான்! உங்கள் குரல் ஒரு புல்லாங்குழலில் இருந்து வரும் இசை என்றால் உங்கள் எழுத்துக்கள் அதே புல்லாங்குழலின் மௌனத்தை வாசகனின் மனத்திற்குள் எவ்வளவு ஆழமாக ஊடுருவி வதைக்கிறது என்பதை சொல்வ(லி)ழிப் பயணம் வாசித்தவர்களுக்கும் இனி வாசிப்போருக்கும் புரியும். வதைக்கு ஆளான இந்த பின்னிரவில் தான் நான் இதை உங்களுக்கு எழுதுகிறேன். 'பசித்திருக்கிற விழிகள் கடத்துகிற வேதனையை வேறெதுவுமே நிகழ்த்திடுவதில்லை' பலருக்கும் ஒருவேளை சோற்றின் ரணம் தெரிந்திருக்கும். அவர்கள் பசி என்கிற ஆக்டோபஸின் அத்தனை கரங்களாலும் இறுக்கப்பட்டிடுருப்பர். இரண்டாவது கட்டுரையில் வரும் இந்த வரிகள்தான் என்னை உறங்க விடாமல் செய்து

கொண்டே இருக்கிறது! என் அம்மா ஒரு நெசவுக்கூலி. அப்பா ஒரு தினக்கூலி. அன்றைய தேதிகளில் தினசரி சமைப்பது என்பது எங்கள் வீட்டில் ஓர் அபூர்வமான சம்பவம் தான்! பெரும்பாலான நேரங்களில் பள்ளிகளில் வழங்கும் மதிய உணவுகள் தான் பசி என்னும் ஆக்டோபஸிடமிருந்து எங்களைக் காப்பாற்றி இருக்கிறது! எங்கள் ஊரில் அன்றைய தேதியில் வசதியான குடும்பம் என்றால் பொன்னுச்சாமி கவுண்டர் குடும்பம் தான் அவர் வீட்டில் தான் எனது அம்மா நெசவுக் கூலியாக வேலை பார்த்து வந்தார் பள்ளி முடிந்து நானும் என் தங்கையும் நான்கு மணிக்கு எல்லாம் என் அம்மா வேலை செய்யும் பொன்னுச்சாமி கவுண்டர் வீட்டில் தான் விளையாடுவது வழக்கம்! நெல்லஞ் சோறு என்பது எங்கள் வாழ்க்கையில் அப்போது எட்டாதக் கனி! நெல்லஞ்சோற்றுக்காக என் அம்மாவிடம் எத்தனையோ இரவுகள் அழுது பசியோடு உறங்கியது இப்போதும் வலிக்கச் செய்கிறது! எனக்கு மட்டுமல்ல என் தெருவில் வசிக்கும் எல்லா குழந்தைகளுக்கும் அது கிடைக்காமலேயே போய் இருக்கிறது! எங்கள் தெருக்கள் இந்தக் கடவுள்களால் சபிக்கப்பட்டிருந்தது! எங்கள் குழந்தைகள் பசியோடு பல நாள் உறக்கம் தொலைத்தது உண்டு! எங்கள் தெருவுக்கு பக்கத்திலே குடியிருந்த கவுண்டர்கள் வீட்டில் இரவு மீந்து போன உணவுகளை மாடியில் ஏறி நின்று அவர்களுக்குப் பிடித்த பெயரைச் சொல்லி அழைத்து அந்த குடும்பத்திற்கு அந்த மீந்து போன உணவைக் கொடுத்து விடுவார்கள் அன்று அவர்கள் வீட்டில் அனைவரும் நிம்மதியாக உறங்கி இருப்பார்கள் என்று எல்லோராலும் நம்பப்பட்டது. அன்று இரவு அந்த குடும்பம் கடவுளால் ஆசிர்வதிக்கப்பட்ட குடும்பமாகவே நாங்கள் எல்லோரும் பார்ப்போம்! அடுத்த நாள் காலை எழுந்தவுடன் அந்த வீட்டில் இருக்கும் என் நண்பனிடம் ஆர்வமாய் நானும் கேட்க அவனும் அதை ஒரு பெரும் மகிழ்வாக என்னவெல்லாம் சாப்பிட்டோம் என்பதை சொல்லிக் கொள்வதில் அலாதியான பிரியம் கொண்டவர்களாக நாங்கள் இருந்தோம்! பள்ளிக்குச் செல்ல மறுத்து அழும் குழந்தைகளைத்தான் நீங்கள் பார்த்திருப்பீர்கள்! பள்ளிக்குச் செல்ல வேண்டுமென்றே அழுத குழந்தைகள் நாங்கள் ஏன் தெரியுமா அங்கு தான் எங்களுக்கான அந்த ஒருவேளை உணவு வழங்கப்பட்டது! சனி, ஞாயிறு என்ற நாட்கள்

இல்லாமல் இருந்தால் இன்னும் நன்றாக இருக்கும் என்று எண்ணிய நாட்களும் உண்டு! ஏனெனில் அந்த இரண்டு நாட்கள் பள்ளி விடுமுறை. பெரும்பாலும் எங்கள் வீடுகளில் சாமை ராகி கம்பு போன்றவைகள் தான் உணவுக்கு பயன்படுத்தப்பட்டது! என் தலைமுறை குழந்தைகளுக்கு அது அறவே பிடிக்காமல் போயிருந்தது! ஆனாலும் வேறு வழி இல்லை பல இரவுகளில் எங்களை உறங்க வைத்தது அந்த வகை உணவுகள் தான்! ஒவ்வொரு நாள் இரவிலும் அந்த மாடியிலிருந்து என் அம்மாவின் பெயர் ஒலிக்காதா என்று ஏங்கிய இரவுகள் பல... சிறிதேனும் சத்தம் கேட்டாலும் அம்மா உன்னைத்தான் யாரோ அழைக்கிறார்கள் போல என்று அம்மாவின் தோளைத் தட்டி எழுப்பியதும் உண்டு பகலெல்லாம் உழைத்து ஓய்வில் உறங்கிக் கொண்டிருக்கும் என் அம்மா எங்கள் பசியின் வலி தாளாமல் பல நாள் பக்கத்துத் தெருவின் கதவுகளைத் தட்டி சாமி என்புள்ள பசி தாங்காம அழுவுறானுங்க கொஞ்சம் சோறிருந்தா குடுங்க என்று பல வீடுகளின் கதவுகளை தட்டியது இப்போதும் என் காதுகளில் பெரும் இரச்சலைப் போல அது ஒலித்துக் கொண்டுதானிருக்கிறது. அந்த நடு இரவில் உணவு வாங்கி வந்து எங்களைச் சாப்பிட வைத்து என் அம்மா பசியோடு உறங்கியதை... என்னால் இப்போதும் நினைத்து அழாமல் இருக்க முடியவில்லை. பொன்னுச்சாமி கவுண்டர் வீட்டில் விளையாடும் ஒவ்வொரு நாளும் அவர்கள் நாய்க்கு அரிசி சோறும் தயிரும் சில நாள் அரிசி சோறும் கறியும் சில நாள் என்று வைப்பார்கள்! நானும் என் தங்கையும் அந்த நாயை எஜமான் வீட்டு நாயைப் பார்த்தபடி ஒருவரை ஒருவர் பார்த்து கொண்டு நாக்கில் ஊறிய எச்சையை துடைத்துக்கொண்டு கடப்பாள் என் தங்கை! நானோ அடுத்த முறை பிறந்தால் பொன்னுச்சாமி வீட்டு நாயாகப் பிறந்து விடவேண்டுமென அந்த நாயை பொறாமையோடு பார்த்துக் கடந்தேன்... என் அம்மா அந்த இரவுகளில் தட்டிய கதவுகள் இன்றும் திறக்கபடாமலிருக்கிறது!!! பல கிராமங்களில்..... பவாவிற்கு என் அன்பு முத்தங்கள். உங்கள் அன்பு கரங்களை நான் இன்னும் இறுகப் பற்றிக்கொள்கிறேன். நன்றி தோழர்..

பரமேஸ்வரன் பவானி

அன்புள்ள பவாவுக்கு,

கடந்த இரண்டு மாதங்களாக பரபரப்பாக இருந்ததால் முக்கியமான இலக்கிய நிகழ்வுகள், பயனுள்ள பிரயாணங்கள் பற்றி விபரமாக எழுத முடியவில்லை. அந்த வகையில் ஒரு முக்கியமான நிகழ்வுதான் திண்டுக்கல் துளிர் இலக்கிய அமைப்பு செப்டம்பர் 6ஆம் தேதி நடத்திக் காட்டிய கதைஞானி பவா செல்லதுரை அவர்களின் 'சொல்வழிப் பயணம்' என்ற ஆக சிறந்த கட்டுரைகளின் தொகுப்பு அறிமுகம். கட்டுரை என்பதைத் தாண்டி பவா அவர்களின் வழியே நடந்த பேரனுபங்களின் தொகுப்பு. சிறுகதையாகவும், குறுநாவலாகவும் சில நேரங்களில் கவிதை மொழியிலும் ஒட்டுமொத்த எழுத்துப் பரிணாமங்களை உள்ளடக்கியதாகவும் படைக்கப்பட்ட ''சொல்வழிப் பயணத்தை'' அறிமுகம் செய்யும் நிகழ்வுடன், வருடா வருடம் திண்டுக்கல் துளிர் அமைப்பாளர் தவறாமல் இலக்கியத்தையும், இலக்கியவாதிகளையும் கொண்டாடும் நிகழ்வுகளின் தொடர்ச்சி இந்த வருடம் பவா அவர்களுடனும், இந்த ஆண்டின் சிறந்த படைப்பாளிக்கு மறைந்த ஆகசிறந்த எழுத்தாளர் ஜி.நாகராஜன் அவர்களின் பெயரால் ஈழத்துப் படைப்பாளி அகரமுதல்வனுக்கு 50000 ரூபாய் வழங்கப்பட்டது. இனி வருங்காலங்களில் சிறந்த "கவிஞருக்கும்" மறைந்த கவிஞர் பிரான்ஸிஸ் கிருபா பெயரிலும் 50000 ரூபாய் வழங்கபடும் என்று அறிவித்தார்கள் துளிர் நண்பர்கள்.

நம்முடைய முன்னோர்கள் சங்கம் வைத்துத் தமிழ் வளர்த்தார்கள். அதன் பொருள் படைப்பாளியைக் கொண்டாட வேண்டும், குறிப்பாக அவன் வாழ்கின்ற காலத்திலேயே கொண்டாடினால் தான்! பல ஆயிரம் ஆண்டுகளுக்கு முன் நாங்கள் எப்படிப்பட்ட வாழ்க்கை முறையை வாழ்ந்தோம். எப்படியெல்லாம் சாதித்தோம்! எதையெல்லாம் உருவாக்கினோம்! குறிப்பாக மனிதத்தை எப்படிப் போற்றினோம் என்றெல்லாம் பல ஆயிரம் ஆண்டுகளுக்குப் பிறகு வரும் சமூகம் உணர்ந்து கொள்ளும் காலகண்ணாடி தான் படைப்பாளன். ஆகவே அவன் வாழுகிற காலத்திலேயே அரசும், சக மனிதர்களும் படைப்பாளனைக் கொண்டாட வேண்டும் என்ற உயரிய நோக்கத்துடனே திண்டுக்கல்லில் சங்கம் வைத்து தமிழ் வளர்க்கிறார்கள். துளிர் இலக்கிய அமைப்பு. இந்த நிகழ்வு வருடா வருடம் நடந்தேறியாக வேண்டும். இந்தத் துளிர் அமைப்பு என் சகோதரர்கள் அவர்களுடன் எப்போதும் இணைந்துப் பயணிப்பதில் என் மனதிற்கு மறுமலர்ச்சியைத் தருவதாக உணர்கிறேன். என்னுடைய உழைப்பையும் எதாவது வகையில் தருவேன் என்பது எனது உறுதியும் கூட. துளிர்அமைப்பை நடத்தும் அண்ணன் முகமது யூசுப் அன்சாரி, நல் நாகராஜன் மற்றும் பாண்டி, லக்ஸரி வேல்ட் பள்ளி நிர்வாகி, இன்னும் பல முன்னனி நிர்வாகிகளுக்கும் என் மனம் நிறைந்த அன்பினை பரிமாறிகொள்கிறேன். அண்ணன் பவா செல்லதுரை அவர்களின் முன்னெடுப்பும் துளிர்அமைப்பிற்கு ஆலோசனைகள் மூலம் உற்ற துணையாக இருப்பதும் பெரும் பலமே தமிழுக்கு. இந்த நிகழ்வில் என்னுடன் கலந்துகொண்ட வதிலை நட்புகள் அ.மூர்த்தி, க.சுந்தர், கவிஞர் சாக்லா மற்றும் இலக்கிய ஆர்வலர் சாணார்பட்டி மணிவண்ணன் ஆகியேருக்கும் நன்றிகள்.

மருது ஆறுமுகம்

அன்புள்ள பவாவுக்கு,

அன்புள்ள பவா sir. இன்று காலை முதலே விஜய் ஆன்டனி மகள் மீராவின் தற்கொலை மிகவும் தடுமாற்றத்தை தந்து இருந்தது. அதே பருவத்தில் பிள்ளைகளைக் கொண்டவர்கள் மனம் (நானும் ஒருத்தி) எப்படி எல்லாம் பயம்கொள்ளும். அதற்கு ஏற்றார் போல இன்று மாலை உங்கள் சொல்வழிப் பயணத்தில் தற்கொலை குறித்த 8 அத்தியாயம் படிக்க நேரிட்டது. ஏன் நான் சரியாக இந்த அத்தியாயத்தை இன்று படிக்க நேரிட்டது என்ற கேள்வியே என்னை ஆச்சர்யப்படுத்துகிறது. கஷ்டமும்படுத்துகிறது. நீங்கள் குழந்தைகளை எழுதி இருக்கிறீர்கள்.. "இந்த வகையில் குழந்தைகள்தான் பாக்கிய சாலிகளாக இருக்கிறார்கள். தற்கொலை என்ற எண்ணமற்று இருக்கிறார்கள். ஆனால் பருவம் செல்ல செல்ல உயிர் தான் ஆதாரம் என்று பறிக்கும் அளவுக்கு அவர்கள் மாறுகிறார்கள் என்று.." நூலில் இந்த இடத்தை என்னால் தாண்டவே முடியவில்லை.. பயம் வந்து விட்டது.. இயக்குனர் ராம் அவரின் படத்தில் சொல்லி இருப்பார். இன்னிக்கு என் அம்மா பூரி சுடுகிறார்கள் நான் நாளை தற்கொலை பண்ணிக்கலாம் ன்னு இருக்கேன் என்று சொல்லும் ஒரு குழந்தையின் பாத்திரம். எவ்வளவு முரண்.. ஒரு குழந்தைக்கு தற்கொலை எண்ணத்தை விதைப்பது யார் என்ன? அவர்கள் அதைப் புரியும் பருவத்தை அடையும் போது அவர்களுக்கு இந்த வாழ்க்கையும் சமூகமும் திடமானது.. அப்படி திடமாக்கிக் கொள்வது உன் உள்ளத்தின் உறுதியால்

மட்டுமே இருக்கிறது என்று எப்படி யார் உணர்த்துவார்கள்? எல்லாவற்றையும் ரசித்துச் செய்யும் பெண்ணின் தற்கொலைக்கு என்ன காரணம்? உண்மையில் வெளியுலகம் தான் அவளின் செயலை ரசிக்கிறது. அவள் அல்ல. அதை அவள் உணரும் போது அவளுக்கான உலகம் இல்லாத போது அதைத் தேடிச் செல்கிறாள். நீங்கள் இறுதியில் சொல்லி உள்ள அந்த ஒளி ஏன் அவர்கள் மேல் விழுந்து வெளிச்சத்தைத் தரவில்லை. அந்த ஒளிதரும் ஜோதியை ஏந்தி இருப்பவர்கள் யார்? இன்னும் இன்னும் கேள்விகள் குடைகின்றன மனத்தை.. நிச்சயம் அடுத்த தற்கொலை செய்தி கேட்கும் வரை மட்டும் அல்ல, எப்போதும் கிடைக்கப்போவதில்லை இதற்கான பதில்கள். உண்மையில் பல வகையில் இந்த வாழ்க்கை அழகானதே. எத்தனை விஷயம் இருக்கிறது அழகானதாக.. பறக்காமல் கூண்டில் அடைபடும் பறவைக்குத் தெரியுமா இந்த அழகான உலகைப் பற்றி.. அப்படித்தான் இன்று குழந்தைகளும் மனிதர்களும்.. பறக்க முடியாது சிறகுகள் வெட்டப்பட்டு இருக்கிறார்கள்.. அப்படி வெட்டப்பட்டும், மேலும் கூண்டில் அடைக்கப்பட்டு பூட்டு போடப்பட்டு இருக்கிறார்கள்.. இவற்றை சரி படுத்தாவிட்டால் இன்னும் பல தற்கொலைகளை நாம் கேட்டுக்கொண்டே கடந்து செல்லத்தான் வேண்டும்.

நந்தினி ஆறுமுகம்

அன்புள்ள பவாவுக்கு,

எனக்கு இப்போதும் நியாபகம் இருக்கிறது. பத்து பன்னிரண்டு வயதிருக்கும் பள்ளி முடிந்து வீட்டுக்கு வந்து விளையாடிவிட்டு என் கூட்டாளிகள் எல்லோரும் உறங்க செல்வார்கள்.

ஆனால் நான் மட்டும் தெருவில் பாய்விரித்து அமர்ந்தபடி கதைபேசிக் கொண்டிருக்கும் அம்மா சித்தி பெரியம்மாக்களுக்கு பக்கத்தில் போய் அமர்ந்து கொள்வேன். அம்மாவின் மடியில் உறங்குவது போல் நடித்தபடி அவர்கள் பேசும் ஊர்க்கதைகளை கேட்டு ரசிப்பேன் எல்லாவற்றையும் பேசிவிடுவார்கள் அந்த வயதில் கேட்க கூடாத சில கதைகளும் அதில் அடங்கும் சில நேரம் வரும் சிரிப்பை சிரமப்பட்டு அடக்குவேன் உறங்காமல் இருப்பது தெரிந்தால் அம்மா துரத்திவிடுவாள் வீட்டுக்கு. இப்போது எல்லாம் மாறிவிட்டது கதைகள் கேட்கவே இல்லை செவிகளுக்கு. நூலகம் பக்கம்தான் ஆனால் போவதற்கு தோன்றவில்லை செவி வழியே கதைகேட்டு பழகியவனுக்கு புத்தகத்தில் வெகு நேரம் விழிவைக்க பொறுமையும் இல்லை

இதற்கெல்லாம் தீர்வாக தீர்க்கமான கதைசொல்லி ஒருவரைக் காணநேர்ந்தது வலைதளத்தில் இப்போது அம்மாவும் இல்லை தெருவும் இல்லை பாயும் இல்லை ஆனால் கதைகேட்கும் அந்தச்சிறுவன் அப்படியே இருக்கிறான்.

காளிமுத்து

அன்புள்ள பவாவுக்கு,

பவா சொல்வழிப் பயணம் 4 வாசித்தேன். நான் பெங்களூர் வந்து 14 வருடங்கள் ஆகின்றன இன்னும் என் மனம் இந்த ஊரோடு ஒத்துப் போகவில்லை காரணம் இது எனது ஊர் இல்லை முன்பே நடந்த கலவரங்கள் இங்கே முக்கியமான காவிரி பிரச்சினை அதிலும் தமிழர்கள் மீது இருக்கும் வெறுப்புணர்வு .. நான் லாரியில் வேலை செய்யும் போதும் லி-ஜி நிறுவனத்தில் வேலை பார்த்த போதும் பெங்களூர் கர்நாடக என்று பேச்சு வந்தால் அச்சமும் வெறுப்பும் வந்துவிடும் ஒரு முறை லி-ஜி நிறுவனத்தின் அதிகாரி பெங்களூரில் வேலை உள்ளது யாருக்கு போக விருப்பம் சொல்லுங்க அனுப்புகிறோம் என்றனர் மற்றவர்கள் வீட்டுக்கு போங்க தற்சமயம் வேலை இல்லை என்று சொன்னார்கள். நான் வீட்டிற்கு தான் போனேன் அப்போது.

ஆனால் காலம் என்னை இங்கு தான் கொண்டு வந்து நிறுத்தி வைத்துள்ளது பொருளாதார தேவைக்கு இன்று கூட ஜிழி எண் பதிவு செய்த வாகனங்களை கண்டால் மனதில் இனம் புரியாத மகிழ்ச்சி தொற்றிக்கொள்ளும் சிக்னலில் அவர்களிடம் பேச்சு கொடுப்பேன் எந்த ஊர் என்று விசாரிப்பேன் என்ன வேலை செய்கிறார்கள் பெயர் என்ன இங்கு பெங்களூரில் எங்கே தங்கி இருக்கிறார்கள் என்பது வரை விசாரிப்பேன்.. இங்கே பதினான்கு ஆண்டுகள் கழிந்தது ஆனால் நான் இங்கே பொழைக்க வந்தவன் தான். அகரன் அவர்கள் சொன்னது போல் அகதி மனநிலை தான் பவா

.. என்னைக்கு இருந்தாலும் நமது ஊர் தரும் நேசத்திற்க்கு ஈடாகாது ... உங்களுக்கு எப்படி தாம்பரம் போன உடன் வந்த வேலை முடிந்து எப்போது ஊர் திரும்புவோம் என்று நினைப்பது போல் நாங்கள் ஊர் திரும்பும் காலம் எப்போது என்று ஏக்கத்துடன்...

தனிகேசன் பெங்களூர்

சமீப நாட்களாய் என்னுடைய என்னுடைய சமையலறையில் உங்களுடைய கதையாடல் மிக முக்கிய பங்கு வகித்துக் கொண்டிருக்கிறது.

சலிப்பு தட்டும் வேலையிலும் சோர்வு தட்டும் வேளையிலும் உங்களுடைய வார்த்தைகள் ஒரு புத்துணர்வை கொடுத்துக் கொண்டே இருக்கிறது.

நம்மை அறியாமலேயே ஒரு நிதானமும் எண்ணங்களில் ஒரு சிறு முதிர்ச்சியும் வரத்துவங்குகிறது.

சில இடங்களில் சம்பந்தப்பட்டவர்களிடம் கேள்விகளை கேட்கவா வேண்டாமா என்று யோசனைகள் வரும் இடத்தில், அறம் சார்ந்த தங்களது கருத்துக்கள் அந்த தடுமாற்றத்தை போக்க செய்கிறது.

பயணங்கள் பற்றிய தங்களது பார்வையும் இலக்கியம் பற்றிய தங்களது உரைகளும் எங்களுக்கு மட்டுமல்ல எங்களது குழந்தைகளுக்குமே அவசியமான ஒன்றாக இருக்கிறது.

நான் கேட்ட தங்களது வீடியோக்களை மறுபடியும் நான்காவது படிக்கும் எனது குழந்தையுடன் காரில் பயணம் செய்யும்போது கேட்க வேண்டும் என்று எனது கணவரும் நானும் பேசிக்கொண்டோம். ஒரு மிகப்பெரிய தாக்கத்தை எளிதாக தங்களால் ஒரு குடும்பத்திற்குள் கொண்டு வந்து விட முடிகிறது.

பேரன்பும், நன்றியும் மகிழ்ச்சியும் ஐயா.

சர்மிளா பெங்களூர்

காதுள்ளவர்கள் கேட்க கடவதாக...

அன்புள்ள பவாவுக்கு,

எழுதுவதும் பேசுவதும் அதை திரைக்கதை ஆக்குவதும் பிறகு திரைப்படமாக பார்ப்பதும் ஆகச் சிறந்த அருமையான ஒரு கலை. நிறைய எழுத்தாளர்கள், நிறைய கவிஞர்கள், நிறைய இலக்கியவாதிகளைத் தொடர்ந்து சந்தித்துக் கொண்டே வருகிறேன். கிடைக்கின்ற புத்தகங்களை எல்லாம் நேரத்திற்கு ஏற்றார்போல் படித்துக் கொண்டே இருக்கிறேன். ஆனால் பவா செல்லதுரை அவர்களின் புத்தகத்தை படித்துக் கொண்டே இருக்கிறேன். அவர் சொல்லும் கதைகளை ரசித்து கேட்டுக் கொண்டே இருக்கிறேன். அவர் மேடைகளில் பேசும் பேச்சையும் தொடர்ந்து சில ஆண்டுகளாக கேட்டு வருகிறேன். தன் புத்தகத்தில் எப்படி ஒருவன் கதை எழுதுகிறானோ அதேபோல் பல நேரங்களில் மேடைகளில் பேசி விட முடியாது. காரணம் மிகச்சிறந்த எழுத்தாளர்கள் சிறந்த பேச்சாளர்களாக இருப்பதில்லை என்பதை கண்டு அனுபவித்து உணர்ந்திருக்கிறேன் மிகச் சிறந்த எழுத்தாளரும், மிகச்சிறந்த பேச்சாளரும், மிகச்சிறந்த மக்கள் ரசிகர்களை கொண்டிருக்க வாய்ப்பில்லை. ஆனால் இவருக்கு மட்டும் அது எப்படி வாய்த்தது? எந்த சாயமும் பூசாமல், எந்த ஆடம்பரமும் இல்லாமல், அலப்பறைகள் எதுவும் இல்லாமல் ஓர் எழுத்தாளனை மிகச்சிறந்த கதை சொல்லியாக தன்னை உருவாக்கி அந்தக் கதைகள் ஒவ்வொரு தனிமனிதனின் வாழ்க்கைக்குள்ளும் புகுந்து அவரவர் அனுபவத்தை யோசித்தும் உணர்ந்தும் கண்ணீரும் புன்னகையும் எப்படி

விட முடிகிறது. ஏன் இன்னும் ஆச்சரியமான விஷயங்களை சொல்லுகிறேன். உயிர்விடத் துணிந்து காத்திருந்த எனக்கு ஏதோ ஒரு கதை கேட்டது. அந்தக் கதை என் உயிரை நிறுத்தி வைத்தது. அது பிறகுதான் யார் என்று பார்த்தேன் பவா என்று உணர்ந்தேன் என்று எத்தனையோ பேர் சொல்ல நான் கேட்டிருக்கிறேன். இதை நேரடியாக அவரிடம் சொல்ல எனக்கு ஐந்து நிமிடம் எப்போதும் கிடைத்ததே இல்லை. எங்கு சென்றாலும் எவ்விடம் சென்றாலும் அவரை சூழ்ந்து மக்கள் இருப்பதால் வணக்கம் சொல்வதைக் கூட தாமதப்பட்டுக் கொண்டோ அல்லது அலைபேசியிலே சொல்லிவிடுகிறேன். இதை இன்றைக்கு எழுதக் காரணம் நேற்றைக்கு அவருடைய புத்தகம் ஆங்கிலத்தில் மொழிபெயர்த்து வெளியிடப்பட்டது. சிறப்பு விருந்தினர்கள் திரு பன்னீர்செல்வம் அவர்களும் திருமதி கனிமொழி அவர்களும் பேசி முடித்தார்கள். பிறகு பவாவின் ஏற்புரை, ஒரு கதையை எடுத்து அது மக்களுக்கு சமூக ஊடகங்கள் வழியாக கதை சொல்லும் விதத்தை நேரடியாக, அந்தக் கூட்டத்தின் முன்பு எந்த விதமான எடிட்டிங் இல்லாமல், எந்த கட்டிங் இல்லாமல் கண் முன்னே கதைகளும், ஊர்களும், வேலிகளும் கடந்து சென்ற காட்சியை வியந்து பார்த்தேன். உண்மையிலே சில கதைகளைப் படிக்கிறபொழுது அதில் மிக ஆழமாக நாம் சென்று விடுவோம். அதேபோல் பவாவின் மேடைப்பேச்சில் மூழ்கி விடுவது என் வழக்கம் இல்லை. பலருக்கும் இதுவே பழக்கம். நிறைய படிக்கிறேன். பவாவின் கதைகளைக் கேட்கிறேன். ஏனோ அவர் கதைகளைக் கேட்கிறபொழுது, அவர் சொல்லும் விதங்கள் இன்னும் இன்னும் ஆழமாக நம்மை ஏதோ ஒரு வகையில் திருப்திப்படுத்திக் கொண்டே இருக்கிறது. கதை சொல்லியாக நீங்களும், வாசகிகளாக நாங்களும் நிம்மதி அடைகிறோம். குறிப்பாக காதலைப் பற்றி ஒரு வீடியோ இருக்கும். பெண்களைப் புரிந்து கொள்ளவே முடியாது என்கின்ற இன்னொரு வீடியோவும் youtube-இல் இருக்கிறது. எத்தனை முறை அதைப் பார்த்திருப்பேன் என்று எனக்கே தெரியவில்லை அவ்வளவு பிடித்து இருக்கிறது. சிலரின் கதைகளைப் படித்து முடித்து விடுவோம் அந்தக் கதையை அவ்வளவு எளிமையாக பவா சொல்லி இருப்பார். பிறகு எல்லாம் யோசிக்கத் தொடங்கி விட்டேன். புத்தகத்தைப்

படிப்பதைவிட பவாவின் கதையைக் கேட்டு விட்டால் எளிதில் புரிந்து விடுமே என்று. படிப்பவர்கள் படிக்கட்டும் கேட்பவர்கள் கேட்கட்டும் நீங்கள் சொல்லிக் கொண்டே இருங்கள் உங்கள் கதைகள் எங்களுக்கு ஆறுதல். மிக்க நன்றி பவா. தாத்தாக்கள் இல்லாத வீடுகளில் நீங்கள் தாத்தா-பாட்டிகள் இல்லாத வீடுகளில் நீங்கள் பாட்டி. கிழவன்-கிழவி என்ற முத்திரையோடு இருக்கும் மூத்தோர்கள் இல்லாத குடும்பங்களில் நீங்கள் ஓர் கிழவனும் கிழவியும். அம்மாவின் அரவணைப்பும், அப்பாவின் பாசமும் கிடைக்காத பிள்ளைகளுக்கு உங்கள் கதையும், உங்கள் எதார்த்தமும் அம்மாவும் அப்பாவுமாய் இருக்கிறது. நன்றிக்கடன் பட்டு இருக்கின்றேன். நன்றிக்கடன் பட்டிருக்கின்றோம். பவா பவா புத்தகத்தை வெளியிட்டு இருக்கிறார்.

டாக்டர். ஒளிவண்ணன்

அன்புள்ள பவாவுக்கு,

நான் பொள்ளாச்சி அருண்பாலாஜி, (தோழர் அன்புராஜின் நண்பரி) எப்படி இருக்கிறீர்கள்...

உங்களுக்கு என்னை தெரியாமல் இருக்கலாம்... நான் பழங்குடியின மக்களை மேம்படுத்துவதற்காக உழைக்கும் பழங்குடி செயல்பாட்டாளர்களில் நானும் ஒருவன், மற்றும் விளிம்பு நிலை சமூகங்களுக்கான இலவச கல்வியின் களத்தில் பரந்த அளவில் சேவை செய்கிறேன்.

நான் பெங்களூரில் உள்ள டெல்-இஎம்சி (Dell-EMC) என்ற தகவல் தொழில்நுட்ப நிறுவனத்தில் மேலாளராக பணிபுரிகிறேன்.

சுமார் 14-15 வருடங்களுக்கு முன்பு சென்னையில் ஒரு புத்தக வெளியீட்டு விழாவில் நான் உங்களை சந்தித்துள்ளேன். உங்களுடன் பேசியுள்ளேன்... தொடக்கத்திலிருந்து பல முறைகள் சந்தித்தும் பேசியும் உள்ளோம் இருப்பினும் ஒரு வாசகனுக்கும் எழுத்தாளனுக்கும் உள்ள இடைவெளியை நான் கடைப்பிடிக்க தவறியதில்லை... எஸ்.ரா சொல்வதைப் போல் ஒரு தீவிரவாசகன் எழுத்தாளர் அருகில் வரவேண்டும் என்ற அவசியம் இல்லை... அதேபோல்தான் எண்ணற்ற உங்களது கதை கேட்கும் ரசிகர்களில் நானும் ஒருவன்.

தோழர் அன்புராஜ்யை நீங்கள் Youtube-யில் அறிமுகம் செய்த பொழுது அவரைப் பற்றி தெரிந்து கொண்டேன் அவர்தனது சுயசரிதையை ஸ்ருதி Tv Youtube சேனலில்

பத்தாயத்தில் பேசிய பொழுது மேலும் அவரைப் பற்றி எண்ணற்ற விவரங்களை அறிந்து கொண்டேன்...

என் நினைவு எட்டிய வரை 3-4 உங்களது பெருங்கதையாடலில் கலந்து கொண்டுள்ளேன்... நீங்கள் பொள்ளாச்சி ஆச்சிப்பட்டியில் நடத்திய கதையாடல் நிகழ்விலும் முன் வரிசையில் அமர்ந்து ரசித்து கேட்டுள்ளேன்...

இருப்பினும் தோழர் அன்புராஜை 'சோளகர் தொட்டி' பெருங்கதையாடல் நிகழ்விலேயே சந்திக்க முடிந்தது... வானம் கொட்டி தீர்த்த அந்த மழை இரவில், வனத்துக்குள் மரங்களின் மென்மையான சலசலப்புடன் அன்புராஜை சந்தித்து சிறைவாசிகளின் எர்திருத்தத்திற்காகவும், அவர்களின் குடும்ப உறுப்பினர்களின் மேம்பாட்டுக்காகவும், சிறையில்லவாசிகளின் குழந்தைகளின் கல்விக்காகவும் நாம் ஏதாவது செய்ய வேண்டும் தோழர்... என்ற நான் சொன்ன கணத்துடன் என் உள்ளங்கையை அவர் நெஞ் சோடு அணைத்துக் கொண்டார்... அந்த கனம் முதல் இப்போது வரை இருவரும் சேர்ந்து பயணிக்கிறோம். சிறையில்லவாசிகளின் இன்னல்களைப் போக்க... மற்றொரு கவிதா இந்த பூவுலகில் காணாமல் போய் விடக்கூடாது என்ற கவனத்துடன்...

தோழர் அன்புராஜும், நானும், திருமணம் எனும் நிக்கா திரைப்பட இயக்குனர் அனீஷும் மூவரும் இணைந்து Bright Prison Theatre என்ற ஒன்றை சிறையில்ல வாசிகளின் சர்திருத்தத்திற்காகவே தொடங்கியுள்ளோம்...

நாங்கள் தியேட்டரை ஒரு கருவியாக கொண்டு சிறையில்லவாசிகளின் மன இன்னல்களை போக்க முடியும் என்ற திடமான சங்கல்பத்தில் இருக்கிறோம். இப்படியாக பல ப்ரெசென்ட் தியேட்டர் அமைப்புகள் ((theatre as a therapy) உலகம் முழுவதும் தியேட்டரை ஒரு தெரபியாக சிறையில்லவாசிகளை சீர்திருத்துகிறது...

எப்பாடுபட்டாவது பிரைட் Prison Theatre மூலமாக தமிழகத்தில் உள்ள சிறைகளில் வேலை செய்ய வேண்டும் என்ற நோக்கத்தோடு பலமுறை சிறை அதிகாரிகளின் அலுவலகம்

சென்று இறுதியாக அனுமதி பெற்றோம்... இருப்பினும் எங்களிடம் இருக்கும் குறைவான வளத்தை வைத்து நாங்கள் நினைத்ததை போல் அதை நடத்த முடியவில்லை.

ஆயினும் சிறைவாசிகளின் சீர்திருத்தத்திற்கு வேறு ஏதேனும் வழிகள் உள்ளனவா என்று ஆராய்ந்து அதை கண்டறிந்தும் உள்ளோம்... நான் உங்களுக்கு இப்பெருங்கடித்ததை எழுதுவதற்கான முக்கிய காரணம் இந்தியா முழுவதும் உள்ள தியேட்டர் ஜாம்பவான்களையும், ஒத்த மனம் உடைய மனிதர்களையும் ஒன்றிணைப்பது. இந்த மாதரியான ப்ரெசென் தியேட்டர்களை யாராயினும் நாடு முழுவதும் செயல்படுத்த வேண்டும் என்பதே இக்கடிதத்தின் நோக்கம்.

எனது சில ப்ரெசென்ட் இயேட்டர் பற்றியான கட்டுரைகள் தேசிய நாளிதழ்களில் வெளிவந்துள்ளன. (கடிதத்துடன் இணைத்துள்ளேன்) மிகக் கடுமையாக முயற்சி செய்து தமிழகத்தில் உள்ள ஆங்கில பத்திரிகைகளில் பிரசுரிக்க பாடுபட்டேன். இருப்பினும் அவர்களிடமிருந்து எந்த ஒரு பதிலும் வராததால் தேசிய அளவிலான பத்திரிகைகளிலும் நாளிதழ்களிலும் பிரசுரிக்க முடிவு செய்தேன். என்னால் முடிந்தவரை எழுத்தின் மூலமாக இந்தச் சமூகத்திற்கு தியேட்டரை ஒரு தெரபியாக எப்படி எல்லாம் சிறையில்லவாசிகளின் இன்னல்களை போக்க முடியும் என்ற வழிமுறைகளையும் எடுத்துரைக்கிறேன்...

முக்கியமாக சமூகத்தின் மீது அக்கறை கொண்ட மனிதர்களுக்கு நம்மைப் போன்ற ஒத்த மனம் உடையவர்கள் சிறையில் இருக்கக்கூடிய கைதகள் ஏதோ ஒரு தருணத்தில் தவறு இழைத்ததற்காக தண்டனை அனுபவிக்கிறார்கள்... பொதுவாக தண்டனை எதற்கானது... அரசால் கொடுக்கப்படும் தண்டனை தவறு இழைத்த மனிதன் திருந்துவதற்காக... ஒரு மனிதனை வாழ்நாள் முழுவதும் சிறையில் அடைத்துதான் அவன் திருந்த வேண்டும் என்பது மனித தன்மையற்ற செயல்... திருந்துவதற்கு கண்டனை ஒன்றே தீர்வாகாது... தவறு இழைத்தவனை இருத்த பல வழிமுறைகள் உண்டு அதில் ஒன்றுதான் Prison Theatre....பிறகு மனிதனை நான்கு செவுத்துக்குள் அடைக்க வைக்கும் அதிகாரம் இங்கே எதற்காக யாரால் வழங்கப்பட்டது என்பது ஒரு அரசியல்...

தனிமனிதனை சிறையில் அடைப்பதால் இந்தச் சமூகத்தில் தவறு என்றும் இழக்காமல் இருக்கப் போவதில்லை அதனால் அவன் குடும்பமும் குழந்தைகளுமே கடுமையாக பாதிக்கப்படுகின்றனர்...

கைதிகளை சிறையில் அடைக்க வேண்டாம் என்றோ தண்டனை தர வேண்டாம் என்றோ கூற வரவில்லை... நான் கூற வருவதெல்லாம் சிறையில் இருக்கும் மனிதர்களை அவர்களின் மனதில் இருக்கும் அழுக்குகளையும், வலிகளையும் வருடி கொடுத்து சரி செய்வதே...

சரி இதற்காக நாம் என்ன செய்ய வேண்டும் எப்படி இதை சாத்தியப்படுத்துவது என்ற கேள்விகள் எழுகின்றது அல்லவா...

நேஷனல் ஸ்கூல் ஆஃப் ட்ராமாவை தமிழ்நாட்டுக்கு கொண்டு வருவதன் மூலமாக அவர்களை சிறைக்குச் சென்று பணி செய்ய வலியுறுத்ததன் மூலமாகவும் நாம் இதை சாதிக்கலாம்.

ச.முருகபூபதி போன்ற பல தியேட்டர் ஆளுமைகள் இதை செய்ய முற்ப்பட்டும் அவர்களால் ஏதோ ஒரு காரணத்திற்காக சாதிக்க முடியாமல் போனது.

நான் என் எழுத்துக்களால் என்.எஸ்.டி ஐ தமிழகத்திலும், நாட்டில் உள்ள எல்லா சிறையில் பணி செய்ய அழைப்பு விடுத்துள்ளேன்.

NSDயில் தலைமைப் பொறுப்பில் இருக்கும் 95% பேர் பிராமனர்கள்... நாம் நம் குரலை உயர்த்தி அவர்களுக்கு புரிய வைக்க வேண்டியது உள்ளது.

இந்த சமூகத்தில் உள்ள மக்களிடமும் இதைக் கொண்டு சேர்க்க வேண்டியது கடமையும் நம்மையே சாரும்.

உங்களால் முடிந்தவரை நீங்கள் எங்கு கதை கூற சென்றாலும் பேசினாலும் prison theatre பற்றியும் அதற்கான முக்கியத்துவத்தை பற்றியும் சிறையில் வாடும் இல்ல வாசிகள், அவர்களின் குடும்பங்கள் குழந்தைகளின் கல்விகள் பற்றியும் இந்தச் சமூகத்திற்கு தயவுகூர்ந்து எடுத்துக் கூறவும்... உங்களது காணொளிகளை பல மக்கள் கேட்கிறார்கள்

அவர்களுக்கு பொதுபுத்தியில் இருக்கக்கூடிய எண்ணங்கள் மாறலாம்... அதேபோல் தியேட்டர் ஜாம்பவான்களும் சிறைக்குச் சென்று பணி செய்ய ஆயத்தப்படலாம்...

எனது முதல் தேசிய நாளிதழ் கட்டுரையை படித்துவிட்டு 'Sruti Magazine' எடிட்டர் என்னை அவரது Performing Arts magazine கட்டுரை எழுத அழைப்பு விடுத்தார்... அதேபோல் Sruti Magazine-யில் வந்திருந்த கட்டுரையை படித்துவிட்டு பரதநாட்டிய ஆசிரியர் சென்னையில் அவரை சந்திக்கவும் பிரசன்ட் தியேட்டரில் எவ்வாறு அவர் பங்களிப்பது என்பதைப் பற்றி ஆலோசிக்கவும் அழைப்பு விடுத்துள்ளார்...

இவ்வாறாக நமக்குத் தெரிந்த நம்மால் முடிகின்ற விதத்தில் நேஷனல் ஸ்கூல் ஆஃப் டிராமாவையும், தியேட்டர் ஆளுமைகளையும் சிறைகளில் சென்று வேலை செய்ய வேண்டுகோள் விடுவோமாக....

உங்களுக்கும், எழுத்தாளர் இமயத்திற்கும் மற்றும் பல ஆளுமைகளுக்கும் இந்த மாதிரியான கடிதங்களை எழுதிக் கொண்டே இருக்கிறேன்... ஆனால் அனைவரும் சேர்ந்து குரல் கொடுப்பதன் மூலமாக ஏதோ ஒரு சின்ன நிகழ்வு நடந்து விடாதா, சிறைவாசிகளின் வாழ்வு மேம்படாதா என்ற எண்ணத்துடன்...

உங்கள் தோழன்,
பொள்ளாச்சி அருண்பாலாஜி

அச்சில் இடம்பெறாத இன்னும்
எத்தனையோ ஆன்மாக்களின்
குரல்கள் பவா என்னும் ஜீவனை சுற்றி
ஒலித்துக் கொண்டே இருக்கும்.

அத்தனை உறவுகளின் மன
உணர்வுகளையும் வாசிக்கவும்,
சுவாசிக்கவும் வாய்ப்பு கிடைக்கப்பெற்ற
இந்த வாசகி தன் நன்றிகளால்
உங்களிடம் உறவாடுகிறாள்..

மதுகை